'ਦ
ਆਰਟ ਆਫ਼
ਲੇਜ਼ੀਨੈੱਸ

'ਦ ਆਰਟ ਆਫ਼ ਲੇਜ਼ੀਨੈੱਸ

ਟਾਲ-ਮਟੋਲ ਛੱਡੋ ਅਤੇ ਦਿਲ ਲਗਾ ਕੇ ਕੰਮ ਕਰੋ

ਲਾਇਬ੍ਰੇਰੀ ਮਾਈਂਡਸੈੱਟ

ਪੰਜਾਬੀ ਅਨੁਵਾਦਕ: ਹਰਮਨਦੀਪ ਕੌਰ

MANJUL

ਮੰਜੁਲ ਪਬਲਿਸ਼ਿੰਗ ਹਾਊਸ

First published in India by

MANJUL

Manjul Publishing House

Corporate and Editorial Office

• 2nd Floor, Usha Preet Complex, 42 Malviya Nagar,
Bhopal 462 003 - India

Sales and Marketing Office

• C-16, Sector 3, Noida, Uttar Pradesh 201301 - India
Website: www.manjulindia.com

Distribution Centres

Ahmedabad, Bengaluru, Chennai, Kochi, Kolkata,
Hyderabad, Mumbai, New Delhi, Pune

Punjabi translation of *The Art of Laziness* by Library Mindset

This Punjabi edition first published in India in 2026

ISBN 978-93-7317-933-9

Translation by Harmandeep Kaur

Printed and bound in India by Repro India Limited

ਇੱਕ ਦਿਨ ਤੁਸੀਂ ਜਾਗੋਗੇ ਅਤੇ ਸੋਚੋਗੇ ਕਿ ਉਹ ਕੰਮ ਕਰਨ ਲਈ
ਸਮਾਂ ਨਹੀਂ ਬਚਿਆ ਜੋ ਤੁਸੀਂ ਹਮੇਸ਼ਾ ਕਰਨਾ ਚਾਹੁੰਦੇ ਸੀ।
ਇਸ ਲਈ ਹੁਣੇ ਸ਼ੁਰੂ ਕਰੋ।

~ ਪਾਓਲੋ ਕੋਇਲੋ

ਤਤਕਰਾ

ਭਾਗ - 1
ਸੋਚ ਅਤੇ ਮਾਨਸਿਕਤਾ

ਭਾਗ - 2
ਸੁਝਾਅ ਅਤੇ ਤਕਨੀਕਾਂ

ਜਾਣ-ਪਛਾਣ

ਜੰਗਲਾਂ ਦੇ ਨੇੜੇ ਤੁਰਦੇ ਤੁਰਦੇ
ਇੱਕ ਥਾਂ, ਰਾਹ ਦੋ ਹੋ ਗਏ।
ਤੇ ਮੁਆਫ਼ ਕਰੀਂ—
ਦੋਹਾਂ ਪਾਸੇ ਤੁਰ ਜਾਣਾ
ਇੱਕ ਮੁਸਾਫ਼ਿਰ ਲਈ ਮੁਮਕਿਨ ਨਹੀ ਸੀ।
ਸੋ ਮੈਂ ਠਹਿਰ ਗਿਆ,
ਇੱਕ ਰਾਹ ਨੂੰ ਬੇਲਿਆਂ 'ਚ ਮੁੜਦੇ
ਲੰਮਾ ਤੱਕਦਾ ਰਿਹਾ—
ਜਿੱਥੇ ਉਹ ਪੱਤਿਆਂ ਪਿਛੇ ਗੁੰਮ ਹੋ ਰਿਹਾ ਸੀ।

ਫਿਰ ਮੈਂ ਦੂਜਾ ਰਾਹ ਚੁਣ ਲਿਆ—
ਓਹ ਵੀ ਪਹਿਲੇ ਵਰਗਾ ਹੀ ਸੋਹਣਾ ਸੀ,
ਪਰ ਸ਼ਾਇਦ ਕੁਝ ਵਧੀਆ ਜਿਹਾ ਲੱਗਦਾ ਸੀ,
ਘਾਹ ਕੁਝ ਜ਼ਿਆਦਾ ਤਾਜ਼ਾ, ਅਣਛੋਹਿਆ,
ਮਾਨੋ ਕੋਈ ਇਥੋਂ ਲੰਘਿਆ ਹੀ ਨਾ ਸੀ।
ਪਰ ਜਦ ਅੱਗੇ ਵਧਿਆ ਤਾਂ ਇਹ ਜਾਣ ਗਿਆ
ਕਿ ਦੋਹਾਂ ਰਾਹਾਂ ਉੱਤੇ
ਲਗਭਗ ਇੱਕੋ ਵਰਗੇ ਨਿਸ਼ਾਨ ਸਨ।

ਉਸ ਸਵੇਰੇ ਦੋਵੇਂ ਰਾਹ
ਅਣਛੋਹੇ ਪੱਤਿਆਂ ਵਿੱਚ ਲਿਪਟੇ ਪਏ ਸਨ।
ਚਾਹੁੰਦਾ ਤਾਂ ਹਾਂ ਕਿ ਪਹਿਲੇ ਵਾਲੇ
ਨੂੰ ਕਿਸੇ ਹੋਰ ਵੇਲੇ ਲਈ ਰੱਖ ਲਵਾਂ,
ਪਰ ਪਤਾ ਸੀ—ਇੱਕ ਰਾਹ ਤੋਂ ਦੂਜਾ ਰਾਹ
ਇੰਝ ਮੁੜਦਾ ਹੈ ਕਿ
ਵਾਪਸ ਆਉਣਾ ਬਹੁਤ ਘੱਟ ਹੁੰਦਾ ਹੈ।

ਸਾਲਾਂ ਬਾਅਦ, ਕਿਸੇ ਵੇਲੇ,
ਸ਼ਾਇਦ ਮੈਂ ਇੱਕ ਰਾਹ ਲੈ ਕੇ ਕਹਾਂਗਾ—
ਜਦ ਜੰਗਲ ਵਿੱਚ ਦੋ ਰਾਹ ਦਿਖੇ ਸਨ,
ਮੈਂ ਉਹ ਰਾਹ ਚੁਣਿਆ ਸੀ
ਜਿਸ 'ਤੇ ਘੱਟ ਲੋਕ ਤੁਰੇ ਸਨ,
ਅਤੇ ਮੇਰੀ ਜ਼ਿੰਦਗੀ ਵਿਚ
ਸਾਰਾ ਫ਼ਰਕ—
ਉਹ ਇਕ ਫ਼ੈਸਲਾ ਪਾ ਗਿਆ ਸੀ।

ਰੌਬਰਟ ਫਰੌਸਟ ਦੀ ਇਹ ਖ਼ੂਬਸੂਰਤ ਕਵਿਤਾ ਸਾਨੂੰ ਦੱਸਦੀ ਹੈ ਕਿ ਸਾਡੇ ਵਲੋਂ ਚੁਣੇ ਰਾਹ ਦੀ ਤਾਕਤ ਕਿੰਨੀ ਵੱਡੀ ਹੁੰਦੀ ਹੈ। ਤੁਸੀਂ ਉਹ ਅਸਾਨ ਰਾਹ ਲੈ ਸਕਦੇ ਹੋ ਜਿਸ 'ਤੇ ਸਭ ਜਾਂਦੇ ਹਨ, ਜਾਂ ਉਹ ਔਖਾ ਰਾਹ ਚੁਣ ਸਕਦੇ ਹੋ ਜੋ ਘੱਟ ਲੋਕ ਚੁਣਦੇ ਹਨ। ਸੱਚ ਇਹ ਹੈ ਕਿ ਜ਼ਿੰਦਗੀ ਵਿੱਚ ਵੱਡੀਆਂ ਚੀਜ਼ਾਂ ਅਸਾਨੀ ਨਾਲ ਨਹੀਂ ਮਿਲਦੀਆਂ। ਉਹਨਾਂ ਲਈ ਸਮਾਂ, ਮਿਹਨਤ ਅਤੇ ਧਿਆਨ ਦੀ ਲੋੜ ਹੁੰਦੀ ਹੈ। **ਇਸ ਲਈ, ਔਖਾ ਰਾਹ ਚੁਣਨਾ ਹੀ ਤੁਹਾਡੀ ਜ਼ਿੰਦਗੀ ਨੂੰ ਬਦਲ ਸਕਦਾ ਹੈ।**

ਹਰ ਪਲ ਤੁਹਾਡੇ ਸਾਹਮਣੇ ਦੋ ਰਾਹ ਹੁੰਦੇ ਹਨ—ਇੱਕ ਉਹ ਜਿਸ 'ਤੇ ਸਭ ਚੱਲਦੇ ਹਨ ਅਤੇ ਦੂਜਾ ਜੋ ਘੱਟ ਚੁਣਿਆ ਜਾਂਦਾ ਹੈ। ਜੇ ਤੁਸੀਂ ਆਪਣੇ ਟੀਚੇ ਹਾਸਲ ਕਰਨੇ ਅਤੇ ਸੁਪਨੇ ਪੂਰੇ ਕਰਨਾ ਚਾਹੁੰਦੇ ਹੋ, ਤਾਂ ਇਹ ਤੁਹਾਡੇ ਉੱਤੇ ਹੈ ਕਿ ਤੁਸੀਂ ਕਿਹੜਾ ਰਾਹ ਚੁਣਦੇ ਹੋ।

ਜ਼ਿੰਦਗੀ ਛੋਟੀ ਹੈ, ਅਤੇ ਜੇ ਤੁਸੀਂ ਧਿਆਨ ਨਾਲ ਨਹੀਂ ਜਿਉਂਦੇ ਤਾਂ ਤੁਸੀਂ ਬਿਨਾਂ ਕਿਸੇ ਮਕਸਦ ਦੇ ਸਿਰਫ਼ ਇੱਕ ਥਾਂ ਤੋਂ ਦੂਜੀ ਥਾਂ ਜਾਂਦੇ ਰਹੋਗੇ। ਰੋਮਨ ਫਿਲਾਸਫ਼ਰ ਸੇਨੇਕਾ ਨੇ ਲਗਭਗ 2000 ਸਾਲ ਪਹਿਲਾਂ ਆਪਣੇ ਦੋਸਤ ਪੌਲਿਨਸ ਨੂੰ ਲਿਖੀ ਚਿੱਠੀ ਵਿੱਚ ਵੀ ਇਹੀ ਗੱਲ ਕਹੀ ਸੀ:

> **ਸਾਡੇ ਕੋਲ ਸਮਾਂ ਘੱਟ ਨਹੀਂ ਹੁੰਦਾ, ਪਰ ਅਸੀਂ ਇਸਦਾ ਵੱਡਾ ਹਿੱਸਾ ਖ਼ਰਾਬ ਕਰ ਦਿੰਦੇ ਹਾਂ। ਜ਼ਿੰਦਗੀ ਐਨੀ ਲੰਬੀ ਹੈ ਕਿ ਜੇ ਅਸੀਂ ਸਮਾਂ ਠੀਕ ਤਰੀਕੇ ਨਾਲ ਵਰਤਿਆ, ਤਾਂ ਵੱਡੇ ਕੰਮ ਕਰ ਸਕਦੇ ਹਾਂ। ਪਰ ਜਦੋਂ ਅਸੀਂ ਸਮਾਂ ਅਰਾਮ, ਲਾਪਰਵਾਹੀ ਅਤੇ ਬਿਨਾਂ ਕਿਸੇ ਮਕਸਦ ਦੇ ਗੁਜ਼ਾਰ ਦਿੰਦੇ ਹਾਂ, ਤਾਂ ਅੰਤ ਵਿੱਚ ਪਤਾ ਲੱਗਦਾ ਹੈ ਕਿ ਇਹ ਬਿਨਾਂ ਪਤਾ ਲੱਗੇ ਲੰਘ ਗਿਆ। ਇਸ ਲਈ ਜ਼ਿੰਦਗੀ ਅਸਲ**

ਵਿੱਚ ਛੋਟੀ ਨਹੀਂ ਹੈ, ਪਰ ਅਸੀਂ ਆਪਣੇ ਸਮੇਂ ਨੂੰ ਬਰਬਾਦ ਕਰਕੇ ਇਸਨੂੰ ਛੋਟੀ ਬਣਾ ਦਿੰਦੇ ਹਾਂ।

ਮੈਂ ਹਾਲ ਹੀ ਵਿੱਚ ਜੈਫ਼ ਬੇਜ਼ੋਸ ਦੀ ਇੱਕ ਪੁਰਾਣੀ ਇੰਟਰਵਿਊ ਦੇਖੀ। ਉਸ ਵਿੱਚ ਉਹਨਾਂ ਨੇ ਮਹੱਤਵਪੂਰਨ ਫ਼ੈਸਲੇ ਲੈਣ ਲਈ ਇੱਕ ਨਵਾਂ ਤਰੀਕਾ ਦੱਸਿਆ। ਐਮਾਜ਼ਾਨ ਸ਼ੁਰੂ ਕਰਨ ਤੋਂ ਪਹਿਲਾਂ, ਬੇਜ਼ੋਸ ਇੱਕ ਨਿਵੇਸ਼ ਬੈਂਕ ਵਿੱਚ ਕੰਮ ਕਰਦੇ ਸੀ। ਇੱਕ ਦਿਨ ਉਹਨਾਂ ਨੇ ਆਪਣੇ ਬੌਸ ਨੂੰ ਕਿਹਾ ਕਿ ਉਹ ਨੌਕਰੀ ਛੱਡ ਕੇ ਔਨਲਾਈਨ ਕਿਤਾਬਾਂ ਵੇਚਣਾ ਚਾਹੁੰਦਾ ਹੈ (ਐਮਾਜ਼ਾਨ ਦੀ ਸ਼ੁਰੂਆਤ ਕਿਤਾਬਾਂ ਵੇਚਣ ਨਾਲ ਹੀ ਹੋਈ ਸੀ)। ਉਹ ਦੋਵੇਂ ਨਿਊਯਾਰਕ ਦੇ ਸੈਂਟਰਲ ਪਾਰਕ ਵਿੱਚ ਦੋ ਘੰਟੇ ਤੱਕ ਟਹਿਲਦੇ ਰਹੇ। ਬੌਸ ਨੇ ਕਿਹਾ, "ਇਹ ਵਿਚਾਰ ਚੰਗਾ ਹੈ, ਪਰ ਇਹ ਉਸ ਲਈ ਹੋਰ ਵਧੀਆ ਹੈ ਜਿਸਦੇ ਕੋਲ ਪਹਿਲਾਂ ਤੋਂ ਨੌਕਰੀ ਨਹੀਂ ਹੈ।" ਉਸਨੇ ਬੇਜ਼ੋਸ ਨੂੰ 48 ਘੰਟੇ ਸੋਚਣ ਲਈ ਕਿਹਾ। ਫਿਰ ਬੇਜ਼ੋਸ ਨੇ ਇੱਕ ਤਰੀਕਾ ਲੱਭਿਆ ਜਿਸਨੂੰ ਉਸਨੇ **"ਪਛਤਾਵਾ ਘੱਟ ਕਰਨ ਦਾ ਢਾਂਚਾ"** ਕਿਹਾ। ਇਸਦਾ ਮਤਲਬ ਹੈ—ਜਦੋਂ ਤੁਸੀਂ ਬੁੱਢੇ ਹੋ ਜਾਵੋਗੇ, ਤਾਂ ਤੁਹਾਡੇ ਜੀਵਨ ਵਿੱਚ ਪਛਤਾਵਿਆਂ ਦੀ ਗਿਣਤੀ ਘੱਟ ਹੋਣੀ ਚਾਹੀਦੀ ਹੈ।

ਉਸਨੇ ਸੋਚਿਆ ਕਿ ਉਹ ਆਪਣੇ-ਆਪ ਨੂੰ 80 ਸਾਲ ਦਾ ਵੇਖੇਗਾ ਅਤੇ ਕਹੇਗਾ, "ਠੀਕ ਹੈ, ਮੈਂ ਆਪਣੀ ਜ਼ਿੰਦਗੀ ਦੇਖ ਰਿਹਾ ਹਾਂ — ਮੇਰੇ ਪਛਤਾਵੇ ਘੱਟ ਹਨ।" ਉਸਨੂੰ ਪਤਾ ਸੀ ਕਿ ਇੰਟਰਨੈੱਟ ਵਿੱਚ ਕੁਝ ਨਵਾਂ ਕਰਕੇ ਫ਼ੇਲ ਹੋਣ 'ਤੇ ਉਹ ਪਛਤਾਇਆ ਨਹੀਂ ਕਰੇਗਾ। ਪਰ ਸਭ ਤੋਂ ਵੱਡਾ ਪਛਤਾਵਾ ਉਸਨੂੰ ਇਹ ਹੋਵੇਗਾ ਕਿ ਉਸਨੇ ਕਦੇ ਕੋਸ਼ਿਸ਼ ਹੀ ਨਹੀਂ ਕਰੀ। ਉਹ ਜਾਣਦਾ ਸੀ ਕਿ ਜੋ ਕੰਮ ਨਾ ਕਰਨ ਦਾ ਮਨ ਚਾਹੇਗਾ, ਉਹ ਹਰ ਰੋਜ਼ ਉਸਨੂੰ ਪਰੇਸ਼ਾਨ ਰੱਖੇਗਾ।

ਸੋਚੋ ਤੁਸੀਂ 80 ਸਾਲ ਦੇ ਹੋ ਅਤੇ ਆਪਣੀ ਜ਼ਿੰਦਗੀ ਪਿੱਛੇ ਮੁੜ ਕੇ ਦੇਖ ਰਹੇ ਹੋ। ਤੁਹਾਨੂੰ ਅਫ਼ਸੋਸ ਹੋਵੇਗਾ ਉਹ ਸਮੇਂ ਦੇਖ ਕੇ ਜੋ ਤੁਸੀਂ ਆਲਸੀ ਰਹਿ ਕੇ, ਬਿਨਾਂ ਕਾਰਨ ਸੋਫ਼ੇ 'ਤੇ ਟੀਵੀ ਵੇਖਣ ਜਾਂ ਘੰਟਿਆਂ ਤੱਕ ਸੋਸ਼ਲ ਮੀਡੀਆ ਸਕ੍ਰੋਲ ਕਰਨ ਵਿੱਚ ਗਵਾ ਦਿੱਤੇ।

ਇੱਕ ਵਾਰ ਸੋਚੋ: ਜਦੋਂ ਤੁਸੀਂ 80 ਸਾਲ ਦੇ ਹੋਵੋਗੇ, ਤੁਹਾਨੂੰ ਸਭ ਤੋਂ ਵੱਧ ਕਿਸ ਗੱਲ ਦਾ ਪਛਤਾਵਾ ਹੋ ਸਕਦਾ ਹੈ?

ਇੱਥੇ ਕੁਝ ਗੱਲਾਂ ਹਨ ਜਿਨ੍ਹਾਂ ਦਾ ਤੁਹਾਨੂੰ ਪਛਤਾਵਾ ਹੋ ਸਕਦਾ ਹੈ:

- **ਆਪਣੀ ਪਸੰਦ ਦਾ ਕੰਮ ਨਾ ਕਰਨਾ।**
- **ਆਲਸੀ ਰਹਿ ਕੇ ਸਮਾਂ ਗਵਾ ਦੇਣਾ।**
- **ਪਰਿਵਾਰ ਨਾਲ ਵਧੀਆ ਸਮਾਂ ਨਾ ਬਿਤਾਉਣਾ।**
- **ਸਿਹਤ ਦੀ ਸੰਭਾਲ ਨਾ ਕਰਨਾ।**
- **ਬਿਨਾਂ ਲੋੜ ਦੇ ਬਹੁਤ ਮਿਹਨਤ ਕਰਨਾ।**
- **ਜਵਾਨੀ ਵਿੱਚ ਯਾਤਰਾ ਨਾ ਕਰਨਾ।**
- **ਆਪਣੀ ਜ਼ਿੰਦਗੀ ਦਾ ਪੂਰਾ ਮਜ਼ਾ ਨਾ ਲੈਣਾ।**

ਹੁਣ ਸਮਾਂ ਆ ਗਿਆ ਹੈ ਕਿ ਤੁਸੀਂ ਬਹਾਨੇ ਬਣਾਉਣੇ ਛੱਡੋ ਕਿ ਤੁਸੀਂ ਆਪਣੀ ਮਨਪਸੰਦ ਚੀਜ਼ ਕਿਉਂ ਨਹੀਂ ਕਰ ਸਕਦੇ। ਇਸ ਦੀ ਥਾਂ, ਆਪਣੇ ਆਪ ਤੋਂ ਪੁੱਛੋ ਕਿ ਤੁਸੀਂ ਉਹ ਕੰਮ ਕਿਵੇਂ ਕਰ ਸਕਦੇ ਹੋ। ਇਸ ਨਾਲ ਤੁਹਾਡਾ ਦਿਮਾਗ ਹੱਲ ਲੱਭਣ ਲਈ ਮਜ਼ਬੂਰ ਹੋਵੇਗਾ। ਯਾਦ ਰੱਖੋ, ਸੰਪੂਰਣ ਸਮਾਂ ਕਦੇ ਨਹੀਂ ਹੁੰਦਾ। ਸਭ ਤੋਂ ਵਧੀਆ ਸਮਾਂ ਹੁਣ ਹੁੰਦਾ ਹੈ।

ਟਾਲਮਟੋਲ ਕੀ ਹੈ?

ਟਾਲ-ਮਟੋਲ ਲਾਤੀਨੀ ਭਾਸ਼ਾ ਦੇ ਸ਼ਬਦ 'procrastinare' ਤੋਂ ਆਇਆ ਹੈ, ਜਿਸਦਾ ਮਤਲਬ ਹੈ ਕੰਮ ਨੂੰ ਦੇਰੀ ਨਾਲ ਕਰਨਾ ਜਾਂ ਟਾਲਣਾ।

ਇਹ ਉਸ ਚੀਜ਼ ਤੋਂ ਬਚਣਾ ਹੈ ਜੋ ਤੁਹਾਨੂੰ ਕਰਨੀ ਚਾਹੀਦੀ ਹੈ। ਸੇਨੇਕਾ ਨੇ ਕਿਹਾ ਸੀ,

"ਕੰਮਾਂ ਨੂੰ ਟਾਲਣਾ ਜ਼ਿੰਦਗੀ ਦੀ ਸਭ ਤੋਂ ਵੱਡੀ ਬਰਬਾਦੀ ਹੈ। ਇਹ ਹਰ ਦਿਨ ਹੱਥੋਂ ਖੋਹ ਲੈਂਦਾ ਹੈ ਅਤੇ ਭਵਿੱਖ ਦੇ ਸੁਪਨੇ ਦੇ ਕੇ ਸਾਨੂੰ ਅੱਜ ਤੋਂ ਵਾਂਝਾ ਕਰ ਦਿੰਦਾ ਹੈ। ਜੀਵਨ ਦੀ ਸਭ ਤੋਂ ਵੱਡੀ ਰੁਕਾਵਟ ਉਮੀਦ ਹੈ, ਜੋ ਕੱਲ੍ਹ 'ਤੇ ਟਿਕੀ ਰਹਿੰਦੀ ਹੈ ਅਤੇ ਅੱਜ ਨੂੰ ਗੁਆ ਦਿੰਦੀ ਹੈ। ਭਵਿੱਖ ਅਨਿਸ਼ਚਿਤ ਹੈ—ਇਸ ਲਈ ਤੁਰੰਤ ਜੀਣਾ ਸ਼ੁਰੂ ਕਰੋ।"

ਅਸੀਂ ਜਾਣਦੇ ਹਾਂ ਕਿ ਸਾਨੂੰ ਕੀ ਕਰਨਾ ਚਾਹੀਦਾ ਹੈ, ਪਰ ਫਿਰ ਵੀ ਨਹੀਂ ਕਰਦੇ। ਅਸੀਂ ਕੰਮ ਨੂੰ ਜਿੰਨਾ ਹੋ ਸਕੇ ਟਾਲਦੇ ਹਾਂ। ਸਾਨੂੰ ਕੁਝ ਪਲਾਂ ਦੀ ਖ਼ੁਸ਼ੀ ਚਾਹੀਦੀ ਹੈ, ਲੰਬੇ ਸਮੇਂ ਦੀ ਨਹੀਂ।

ਟਾਲ-ਮਟੋਲ ਦਾ ਦੁਸ਼ਮਣ

ਟਾਲ-ਮਟੋਲ ਦਾ ਸਭ ਤੋਂ ਵੱਡਾ ਦੁਸ਼ਮਣ ਘਬਰਾਹਟ ਹੈ।

ਜਿਵੇਂ ਹੀ ਸਮਾਂ ਸੀਮਾ ਨੇੜੇ ਆਉਂਦੀ ਹੈ ਜਾਂ ਨਤੀਜੇ ਵੱਡੇ ਹੁੰਦੇ ਹਨ, ਅਸੀਂ ਘਬਰਾਉਣ ਲੱਗ ਪੈਂਦੇ ਹਾਂ। ਉਸ ਸਮੇਂ ਟਾਲ-ਮਟੋਲ ਗਾਇਬ ਹੋ ਜਾਂਦੀ ਹੈ ਅਤੇ ਅਚਾਨਕ ਸਾਨੂੰ ਬੇਅੰਤ ਊਰਜਾ ਮਿਲਦੀ ਹੈ। ਅਸੀਂ ਰਾਤ ਭਰ ਕੰਮ ਕਰ ਸਕਦੇ ਹਾਂ ਅਤੇ ਕੰਮ ਪੂਰਾ ਵੀ ਹੋ ਜਾਂਦਾ ਹੈ, ਪਰ ਇਹ ਜੀਵਨ ਜਿਉਣ ਦਾ ਚੰਗਾ ਤਰੀਕਾ ਨਹੀਂ।ਹਾਂ, ਜੇ ਕੁਝ ਬਹੁਤ ਜ਼ਰੂਰੀ ਹੈ ਤਾਂ ਅਸੀਂ ਟਾਲ-ਮਟੋਲ ਕਰਨ ਦੇ ਬਾਵਜੂਦ ਵੀ ਉਸਨੂੰ ਖ਼ਤਮ ਕਰ ਲੈਂਦੇ ਹਾਂ, ਪਰ ਨਤੀਜਾ ਆਮ ਹੁੰਦਾ ਹੈ। ਇਸ ਤਰ੍ਹਾਂ ਅਸੀਂ ਆਪਣੀ ਅਸਲ ਸਮਰੱਥਾ ਤੱਕ ਨਹੀਂ ਪਹੁੰਚ ਸਕਦੇ।

ਘਬਰਾਹਟ ਦੀ ਸਮੱਸਿਆ ਇਹ ਹੈ ਕਿ ਇਹ ਸਿਰਫ਼ ਤਦ ਹੁੰਦੀ ਹੈ ਜਦੋਂ ਕੋਈ ਕੰਮ ਬਹੁਤ ਜ਼ਰੂਰੀ ਹੋ ਜਾਂਦਾ ਹੈ। ਭਾਵੇਂ ਕੰਮ ਮਹੱਤਵਪੂਰਨ ਹੋਵੇ, ਜੇ ਸਮਾਂ ਬਹੁਤ ਹੈ ਤਾਂ ਅਸੀਂ ਘਬਰਾਉਂਦੇ ਨਹੀਂ। ਜਿਵੇਂ ਨਵਾਂ ਹੁਨਰ ਸਿੱਖਦੇ ਸਮੇਂ, ਕਿਤਾਬ ਪੜ੍ਹਦੇ ਹੋਏ ਜਾਂ ਪਰਿਵਾਰ ਨਾਲ ਸਮਾਂ ਬਿਤਾਉਂਦੇ ਹੋਏ ਕੋਈ ਘਬਰਾਹਟ ਨਹੀਂ ਹੁੰਦੀ। ਇਹ ਸਾਰੀਆਂ ਗੱਲਾਂ ਮਹੱਤਵਪੂਰਨ ਹਨ ਪਰ ਤੁਰੰਤ ਜ਼ਰੂਰੀ ਨਹੀਂ। ਇਸ ਲਈ ਅਸੀਂ ਸੋਚਦੇ ਹਾਂ ਕਿ ਇਹ ਕੰਮ ਬਾਅਦ ਵਿੱਚ ਵੀ ਕਰ ਸਕਦੇ ਹਾਂ।ਇਹੀ ਟਾਲ-ਮਟੋਲ ਦੀ ਖ਼ਾਮੀ ਹੈ—ਅਸੀਂ ਹਮੇਸ਼ਾ ਚੀਜ਼ਾਂ ਦੇ ਜ਼ਰੂਰੀ ਹੋ ਜਾਣ ਦੀ ਉਡੀਕ ਕਰਦੇ ਹਾਂ। ਨਤੀਜਾ ਇਹ ਹੁੰਦਾ ਹੈ ਕਿ ਅਸੀਂ ਜ਼ਿੰਦਗੀ ਦੀਆਂ ਅਸਲ ਮਹੱਤਵਪੂਰਨ ਗੱਲਾਂ ਜਿਵੇਂ ਪਰਿਵਾਰ ਤੇ ਦੋਸਤਾਂ ਨਾਲ ਸਮਾਂ ਬਿਤਾਉਣਾ ਜਾਂ ਆਪਣੇ ਸੁਪਨਿਆਂ ਦਾ ਪਿੱਛਾ ਕਰਨਾ, ਉਨ੍ਹਾਂ ਵੱਲ ਬਹੁਤ ਘੱਟ ਧਿਆਨ ਦਿੰਦੇ ਹਾਂ।

ਸਮੇਂ ਬਾਰੇ ਗ਼ਲਤ ਧਾਰਨਾ

ਮੈਂ ਇਹ ਗੱਲ ਉੱਦਮੀ ਅਤੇ ਇਨਫਲੂਐਂਸਰ ਸਾਹਿਲ ਬਲੂਮ ਤੋਂ ਸਿੱਖੀ। ਇੱਥੇ "ਟਾਈਮ ਦਾ ਪੈਰਾਡੌਕਸ" ਦਾ ਮਤਲਬ ਇਹ ਹੈ:

ਅਸੀਂ ਜਾਣਦੇ ਹਾਂ ਕਿ ਸਮਾਂ ਕਿੰਨਾ ਕੀਮਤੀ ਹੈ। ਬਚਪਨ ਤੋਂ ਹੀ ਇਹ ਸਿੱਖਿਆ ਮਿਲਦੀ ਹੈ, ਹਰ ਕੋਈ ਦੱਸਦਾ ਹੈ ਕਿ ਸਮਾਂ ਮੁੜ ਕੇ ਨਹੀਂ ਆਉਂਦਾ। ਫਿਰ ਵੀ ਅਸੀਂ ਅਕਸਰ ਇਸਦੇ ਬਿਲਕੁਲ ਉਲਟ ਕਰਦੇ ਹਾਂ। ਅਸੀਂ ਸੋਚਦੇ ਹਾਂ ਕਿ ਸਮਾਂ ਬੇਅੰਤ ਹੈ, ਮੌਤ ਨੂੰ ਭੁੱਲ ਜਾਂਦੇ ਹਾਂ, ਅਤੇ ਸਮਝਦੇ ਹਾਂ ਕਿ ਪਰਿਵਾਰ ਅਤੇ ਦੋਸਤਾਂ ਲਈ ਸਾਡੇ ਕੋਲ ਹਮੇਸ਼ਾ ਬਹੁਤ ਸਮਾਂ ਹੈ। ਬਦਕਿਸਮਤੀ ਨਾਲ, ਅਸੀਂ ਇਹ ਨਹੀਂ ਕਰਦੇ। ਅਸੀਂ ਸੋਚਦੇ ਹਾਂ ਕਿ ਬਾਅਦ ਵਿੱਚ ਸਭ ਕੰਮ ਕਰ ਸਕਦੇ ਹਾਂ, ਪਰ ਭੁੱਲ ਜਾਂਦੇ ਹਾਂ ਕਿ ਸਮਾਂ ਖ਼ਤਮ ਹੋ ਰਿਹਾ ਹੈ।

ਇਸ ਅਹਿਸਾਸ ਦੇ ਨਾਲ, ਇੱਥੇ ਕੁਝ ਮੁੱਖ ਗੱਲਾਂ ਹਨ ਜੋ ਤੁਹਾਨੂੰ ਆਪਣੇ ਸਮੇਂ ਦਾ ਸਹੀ ਇਸਤੇਮਾਲ ਕਰਨ ਲਈ ਕਰਨੀ ਚਾਹੀਦੀਆਂ ਹਨ:

ਉਹ ਕੰਮ ਸ਼ੁਰੂ ਕਰੋ ਜੋ ਤੁਸੀਂ ਕਰਨਾ ਚਾਹੁੰਦੇ ਹੋ।
ਉਹਨਾਂ ਲੋਕਾਂ ਨਾਲ ਸਮਾਂ ਬਿਤਾਉਣਾ ਸ਼ੁਰੂ ਕਰੋ ਜਿਨ੍ਹਾਂ ਨਾਲ ਤੁਸੀਂ ਰਹਿਣਾ ਚਾਹੁੰਦੇ ਹੋ।

ਉਹ ਗੱਲਾਂ ਸਿੱਖੋ ਜੋ **ਤੁਸੀਂ ਸਿੱਖਣਾ ਚਾਹੁੰਦੇ ਹੋ।**

ਘੜੀ ਹਮੇਸ਼ਾ ਟਿਕ-ਟਿਕ ਕਰਦੀ ਰਹਿੰਦੀ ਹੈ। ਹਰ ਬੀਤਦੇ ਸੈਕਿੰਡ ਸਮਾਂ ਹੋਰ ਕੀਮਤੀ ਹੋ ਜਾਂਦਾ ਹੈ। ਇਸ ਦੀ ਸਹੀ ਵਰਤੋਂ ਕਰੋ!

ਉਤਪਾਦਕਤਾ ਦਾ ਝੂਠਾ ਦਿਖਾਵਾ

ਕੋਈ ਵੀ ਇਹ ਨਹੀਂ ਮੰਨਣਾ ਚਾਹੁੰਦਾ ਕਿ ਉਹ ਆਲਸੀ ਹੈ। ਅਸੀਂ ਦੂਜਿਆਂ ਨੂੰ ਆਪਣਾ ਸਭ ਤੋਂ ਚੰਗਾ ਰੂਪ ਦਿਖਾਉਣਾ ਚਾਹੁੰਦੇ ਹਾਂ, ਇਸ ਲਈ ਅਸਲ ਕੰਮ ਕਰਨ ਦੀ ਬਜਾਏ ਅਸੀਂ ਇੱਕ ਮਖੌਟਾ ਪਹਿਨ ਲੈਂਦੇ ਹਾਂ। ਇਹ ਮਖੌਟਾ ਅਕਸਰ ਸਭ ਤੋਂ ਮੁਸ਼ਕਿਲ ਲੋਕਾਂ ਲਈ ਹੁੰਦਾ ਹੈ, ਇਸ ਲਈ ਅਸੀਂ ਆਪਣੇ ਆਪ ਨੂੰ ਅਹੰਕਾਰਕ ਚੀਜ਼ਾਂ ਵਿੱਚ ਰੁਝਾ ਲੈਂਦੇ ਹਾਂ—ਉਹ ਚੀਜ਼ਾਂ ਜੋ ਸਾਡੀ ਜ਼ਿੰਦਗੀ ਨੂੰ ਬਿਹਤਰ ਨਹੀਂ ਬਣਾਉਂਦੀਆਂ।ਕਈ ਵਾਰ ਅਸੀਂ ਇਹ ਜਾਣ-ਬੁੱਝ ਕੇ ਕਰਦੇ ਹਾਂ, ਪਰ ਜ਼ਿਆਦਾਤਰ ਸਮਾਂ ਅਸੀਂ ਅਚੇਤ ਤੌਰ ’ਤੇ ਇਹ ਕਰਦੇ ਹਾਂ। ਬਹੁਤ ਸਾਰਾ ਸਮਾਂ ਅਸੀਂ ਉਹਨਾਂ ਕੰਮਾਂ ਵਿੱਚ ਬਿਤਾਉਂਦੇ ਹਾਂ ਜੋ ਨਾ ਤਾਂ ਮਹੱਤਵਪੂਰਨ ਹਨ ਅਤੇ ਨਾ ਹੀ ਜ਼ਰੂਰੀ। ਇਹ ਸਧਾਰਨ ਟਾਲ-ਮਟੋਲ ਨਾਲੋਂ ਵੀ ਮਾੜਾ ਹੈ। ਤਰੱਕੀ ਕਰਨ ਦੀ ਬਜਾਏ, ਅਸੀਂ ਸਿਰਫ਼ ਚੱਕਰਾਂ ਵਿੱਚ ਘੁੰਮਦੇ ਰਹਿੰਦੇ ਹਾਂ।

ਇਸ ਬੁਰੀ ਆਦਤ ਨੂੰ ਤੋੜਨ ਲਈ ਇਹ ਕਰੋ:

ਕੱਲ੍ਹ ਕੀਤੀਆਂ 3 ਚੀਜ਼ਾਂ ਲਿਖੋ ਜੋ ਤੁਹਾਡੇ ਦਿਨ ਵਿੱਚ ਬਹੁਤ ਘੱਟ ਮਦਦਗਾਰ ਸਾਬਤ ਹੋਈਆਂ। ਮਹੱਤਵਪੂਰਨ ਅਤੇ ਗ਼ੈਰ-ਮਹੱਤਵਪੂਰਨ ਕੰਮਾਂ ਵਿੱਚ ਫ਼ਰਕ ਕਰਨ ਲਈ ਧਿਆਨ ਰੱਖੋ ਤਾਂ ਜੋ ਅਗਲੀ ਵਾਰ ਜਦੋਂ ਤੁਸੀਂ ਇਹ ਕੰਮ ਕਰ ਰਹੇ ਹੋਵੋ, ਤੁਹਾਨੂੰ ਪਤਾ ਲੱਗੇ ਕਿ ਤੁਸੀਂ ਆਲਸੀ ਹੋ ਰਹੇ ਹੋ।

ਭਾਗ - 1

ਸੋਚ ਅਤੇ ਮਾਨਸਿਕਤਾ

ਜੇ ਤੁਸੀਂ ਹਮੇਸ਼ਾ ਤਿਤਲੀਆਂ ਦੇ ਪਿੱਛੇ ਭੱਜੋਗੇ ਤਾਂ
ਉਹ ਉੱਡ ਜਾਣਗੀਆਂ।
ਪਰ ਜੇ ਤੁਸੀਂ ਇੱਕ ਖੂਬਸੂਰਤ ਬਾਗ ਬਣਾਉਣ ਵੱਲ ਧਿਆਨ ਦਿਓਗੇ,
ਤਾਂ ਤਿਤਲੀਆਂ ਆਪਣੇ ਆਪ ਤੁਹਾਡੇ ਕੋਲ ਆਉਣਗੀਆਂ।
ਇਸ ਲਈ ਚੀਜ਼ਾਂ ਦਾ ਪਿੱਛਾ ਨਾ ਕਰੋ, ਆਪਣੇ ਆਪ ਨੂੰ ਐਨਾ ਸੁੰਦਰ
ਬਣਾਓ ਕਿ ਉਹ ਤੁਹਾਡੇ ਵੱਲ ਖਿੱਚੀਆਂ ਚਲੀਆਂ ਆਉਣ।

ਜ਼ਿੰਦਗੀ ਛੋਟੀ ਹੈ

"ਤੁਸੀਂ ਹੁਣੇ ਇਹ ਦੁਨੀਆ ਛੱਡ ਕੇ ਜਾ ਸਕਦੇ ਹੋ, ਕਿਉਂ ਨਾ ਇਸਦਾ ਫ਼ੈਸਲਾ ਕਿ ਤੁਸੀਂ ਕੀ ਕਰਨਾ ਹੈ, ਕੀ ਕਹਿਣਾ ਹੈ, ਕੀ ਸੋਚਣਾ ਹੈ, ਇਸ ਦੁਨੀਆ ਤੋਂ ਜਾਣ ਅਨੁਸਾਰ ਕਰ ਲਈਏ।"

~ ਮਾਰਕਸ ਔਰੇਲੀਅਸ

ਪੁਰਾਤਨ ਸਮਿਆਂ ਦੇ ਰੋਮ ਵਿੱਚ, ਜਦੋਂ ਕੋਈ ਜਰਨੈਲ ਜੰਗ ਜਿੱਤ ਕੇ ਵਾਪਸ ਆਉਂਦਾ ਸੀ, ਤਾਂ ਉਸਦੇ ਸਨਮਾਨ ਵਿੱਚ ਸਮਾਰੋਹ ਹੁੰਦਾ ਸੀ। ਜਰਨੈਲ ਰੱਥ 'ਤੇ ਬੈਠ ਕੇ ਸ਼ਹਿਰ ਵਿੱਚ ਦਾਖ਼ਲ ਹੁੰਦਾ ਸੀ ਅਤੇ ਲੋਕ ਖ਼ੁਸ਼ੀ ਮਨਾਉਂਦੇ ਸਨ। ਉਸ ਰੱਥ ਵਿੱਚ ਜਰਨੈਲ ਦੇ ਨਾਲ ਇੱਕ ਗੁਲਾਮ ਵੀ ਬੈਠਦਾ ਸੀ। ਉਸਦੀ ਡਿਊਟੀ ਸੀ ਜਰਨੈਲ ਨੂੰ ਹੌਲੀ-ਹੌਲੀ ਕਹਿਣਾ: "Respice post te! Hominem te esse memento! Memento mori!" ਇਸਦਾ ਮਤਲਬ ਹੈ-"ਆਪਣੇ ਪਿੱਛੇ ਦੇਖੋ! ਯਾਦ ਰੱਖੋ ਤੁਸੀਂ ਸਿਰਫ਼ ਇੱਕ ਮਨੁੱਖ ਹੋ! ਯਾਦ ਰੱਖੋ ਕਿ ਇੱਕ ਦਿਨ ਤੁਸੀਂ ਮਰੋਗੇ!"

"2005 ਵਿੱਚ ਸਟੀਵ ਜੌਬਸ ਨੇ ਆਪਣੇ ਭਾਸ਼ਣ ਵਿੱਚ ਇੱਕ ਬਹੁਤ ਵਧੀਆ ਗੱਲ ਕਹੀ ਸੀ:"

ਇਹ ਯਾਦ ਰੱਖਣਾ ਕਿ ਇੱਕ ਦਿਨ ਤੁਸੀਂ ਮਰ ਜਾਓਗੇ, ਜ਼ਿੰਦਗੀ ਵਿੱਚ ਬਹੁਤ ਮਦਦ ਕਰਦਾ ਹੈ। ਵੱਡੇ ਫ਼ੈਸਲੇ ਕਰਨ ਵਿੱਚ ਬਾਹਰ ਵਾਲੀਆਂ ਉਮੀਦਾਂ, ਘਮੰਡ, ਸ਼ਰਮ ਜਾਂ ਨਾਕਾਮ ਹੋਣ ਦਾ ਡਰ — ਇਹ ਸਾਰੀਆਂ ਚੀਜ਼ਾਂ ਮੌਤ ਦੇ ਸਾਹਮਣੇ ਛੋਟੀਆਂ-ਮੋਟੀਆਂ ਲੱਗਣ ਲੱਗਦੀਆਂ ਹਨ। ਇਸ ਨਾਲ ਸਪੱਸ਼ਟ ਹੋ ਜਾਂਦਾ ਹੈ ਕਿ ਕੀ ਸੱਚਮੁੱਚ ਮਹੱਤਵਪੂਰਨ ਹੈ। ਜਦੋਂ ਤੁਸੀਂ ਸੋਚਦੇ ਹੋ ਕਿ ਤੁਹਾਡੇ ਕੋਲ ਗੁਆਉਣ ਲਈ ਕੁਝ ਨਹੀਂ, ਤਾਂ ਡਰ ਘੱਟ ਹੁੰਦਾ ਹੈ ਅਤੇ ਤੁਸੀਂ ਆਪਣੇ ਦਿਲ ਦੀ ਸੁਣ ਕੇ ਜਿਆਦਾ ਖੁੱਲ੍ਹ ਕੇ ਜੀਅ ਸਕਦੇ ਹੋ।

ਮੌਤ ਦਾ ਕੈਲੰਡਰ

ਅੱਗੇ ਦਿੱਤੀ ਤਸਵੀਰ ਨੂੰ ਮਮੈਂਟੋ ਮੋਰੀ ਕੈਲੰਡਰ ਕਿਹਾ ਜਾਂਦਾ ਹੈ। ਇਸ ਵਿੱਚ ਹਰ ਚੱਕਰ ਇੱਕ ਮਹੀਨੇ ਨੂੰ ਦਰਸਾਉਂਦਾ ਹੈ। ਇਹ ਵਿਚਾਰ ਇਸ ਗੱਲ 'ਤੇ ਆਧਾਰਿਤ ਹੈ ਕਿ ਇੱਕ ਆਮ ਮਨੁੱਖ ਲਗਭਗ 80 ਸਾਲ ਜਿਉਂਦਾ ਹੈ (ਕਿਸਮਤ ਨਾਲ)। ਮੰਨ ਲਓ ਤੁਸੀਂ 30 ਸਾਲ ਦੇ ਹੋ, ਤਾਂ ਪੈਨਸਿਲ ਲਓ ਅਤੇ ਪਹਿਲੇ 30 ਸਾਲਾਂ ਦੇ ਮਹੀਨੇ ਭਰ ਦਿਓ। ਫਿਰ, ਹਰ ਨਵੇਂ ਮਹੀਨੇ ਦੇ ਨਾਲ ਇੱਕ ਹੋਰ ਚੱਕਰ ਭਰੋ। ਜਦੋਂ ਤੁਸੀਂ ਇਹ ਭਰੇ ਹੋਏ ਚੱਕਰ ਵੇਖਦੇ ਹੋ, ਤਾਂ ਇਹ ਤੁਹਾਨੂੰ ਯਾਦ ਦਿਵਾਉਂਦਾ ਹੈ ਕਿ ਜ਼ਿੰਦਗੀ ਦਾ ਹਰ ਦਿਨ ਕੀਮਤੀ ਹੈ ਅਤੇ ਇਸਦਾ ਪੂਰਾ ਫ਼ਾਇਦਾ ਲੈਣਾ ਚਾਹੀਦਾ ਹੈ।

ਮਨੁੱਖੀ ਜੀਵਨ ਦੇ 80 ਸਾਲ ਮਹੀਨਿਆਂ ਵਿਚ

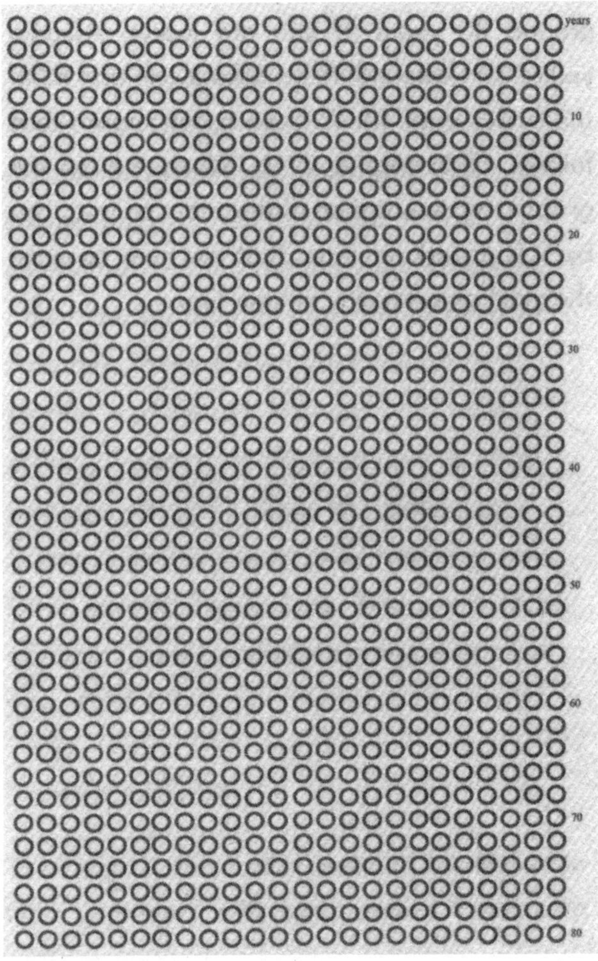

ਇੱਥੇ ਕੁਝ ਮਸ਼ਹੂਰ ਲੋਕਾਂ ਦੀ ਮੌਤਾਂ ਦੀ ਉਮਰ ਦਿੱਤੀ ਗਈ ਹੈ:

ਟੂਪੈਕ ਸ਼ਕੂਰ ਦੀ ਮੌਤ 25 ਸਾਲ ਦੀ ਉਮਰ ਵਿੱਚ ਹੋਈ।
ਸਿਕੰਦਰ ਮਹਾਨ ਦੀ ਮੌਤ 32 ਸਾਲ ਦੀ ਉਮਰ ਵਿੱਚ ਹੋਈ।
ਵਿਨਸੈਂਟ ਵੈਨ ਗਾਗ ਦੀ ਮੌਤ 37 ਸਾਲ ਦੀ ਉਮਰ ਵਿੱਚ ਹੋਈ।
ਮਾਰਟਿਨ ਲੂਥਰ ਕਿੰਗ ਜੂਨੀਅਰ ਦੀ ਮੌਤ 39 ਸਾਲ ਦੀ ਉਮਰ ਵਿੱਚ ਹੋਈ।
ਪਾਲ ਵਾਕਰ ਦੀ ਮੌਤ 40 ਸਾਲ ਦੀ ਉਮਰ ਵਿੱਚ ਹੋਈ।
ਐਲਨ ਟਿਊਰਿੰਗ ਦੀ ਮੌਤ 41 ਸਾਲ ਦੀ ਉਮਰ ਵਿੱਚ ਹੋਈ।
ਨੈਪੋਲੀਅਨ ਬੋਨਾਪਾਰਟ ਦੀ ਮੌਤ 51 ਸਾਲ ਦੀ ਉਮਰ ਵਿੱਚ ਹੋਈ।
ਜੂਲੀਅਸ ਸੀਜ਼ਰ ਦੀ ਮੌਤ 55 ਸਾਲ ਦੀ ਉਮਰ ਵਿੱਚ ਹੋਈ।
ਸਟੀਵ ਜੌਬਸ ਦੀ ਮੌਤ 56 ਸਾਲ ਦੀ ਉਮਰ ਵਿੱਚ ਹੋਈ।
ਮਾਰਕਸ ਔਰੇਲੀਅਸ ਦੀ ਮੌਤ 58 ਸਾਲ ਦੀ ਉਮਰ ਵਿੱਚ ਹੋਈ।
ਹੈਨੀਬਲ ਦੀ ਮੌਤ 64-66 ਸਾਲ ਦੀ ਉਮਰ ਵਿੱਚ ਹੋਈ।
ਜਾਰਜ ਐਸ. ਪੈਟਨ ਦੀ ਮੌਤ 60 ਸਾਲ ਦੀ ਉਮਰ ਵਿੱਚ ਹੋਈ।
ਮੈਰੀ ਕਿਊਰੀ ਦੀ ਮੌਤ 66 ਸਾਲ ਦੀ ਉਮਰ ਵਿੱਚ ਹੋਈ।
ਨਿਕੋਲਾ ਟੈਸਲਾ ਦੀ ਮੌਤ 86 ਸਾਲ ਦੀ ਉਮਰ ਵਿੱਚ ਹੋਈ।
ਪਾਬਲੋ ਪਿਕਾਸੋ ਦੀ ਮੌਤ 91 ਸਾਲ ਦੀ ਉਮਰ ਵਿੱਚ ਹੋਈ।

ਜ਼ਿੰਦਗੀ ਛੋਟੀ ਹੈ—ਕਦੇ ਤਾਂ ਸਾਡੇ ਸੋਚ ਤੋਂ ਵੀ ਛੋਟੀ। ਅਸੀਂ ਸਮਝਦੇ ਹਾਂ ਕਿ ਸਾਡੇ ਕੋਲ ਬਹੁਤ ਸਮਾਂ ਹੈ, ਪਰ ਹਕੀਕਤ ਵਿੱਚ ਅਜਿਹਾ ਨਹੀਂ ਹੁੰਦਾ। ਧਰਤੀ 'ਤੇ ਸਾਡਾ ਸਮਾਂ ਸੀਮਤ ਹੈ, ਪਰ ਰੋਜ਼ਾਨਾ ਦੀ ਦੌੜ-ਭੱਜ ਸਾਨੂੰ ਇਹ ਸੱਚ ਭੁੱਲਾ ਦਿੰਦੀ ਹੈ।

ਇਹ ਗੱਲ ਯਾਦ ਰੱਖਦੇ ਹੋਏ, ਆਪਣੇ ਆਪ ਤੋਂ ਪੁੱਛੋ:

ਮੈਂ ਆਲਸੀ ਕਿਉਂ ਬਣ ਰਿਹਾ ਹਾਂ?
ਮੈਂ ਕੰਮ ਕਿਉਂ ਟਾਲ ਰਿਹਾ ਹਾਂ?

ਕੀ ਜ਼ਿੰਦਗੀ ਦਾ ਅਸਲੀ ਮਕਸਦ ਇਹ ਨਹੀਂ ਹੋਣਾ ਚਾਹੀਦਾ ਕਿ ਅਸੀਂ ਉਹੀ ਚੀਜ਼ਾਂ ਕਰੀਏ ਜਿਨ੍ਹਾਂ ਨਾਲ ਸਾਨੂੰ ਦਿਲੋਂ ਖ਼ੁਸ਼ੀ ਮਿਲਦੀ ਹੈ? ਜਿਵੇਂ ਸਾਹਿਲ ਲਵਿੰਗੀਆ ਕਹਿੰਦੇ ਹਨ, "ਟਾਲ-ਮਟੋਲ ਉਹ ਹੁੰਦੀ ਹੈ ਜਦੋਂ ਸਮਾਜ ਸਾਨੂੰ ਉਹ ਚਾਹੁਣ ਲਈ ਮਜਬੂਰ ਕਰਦਾ ਹੈ ਜੋ ਅਸੀਂ ਅਸਲ ਵਿੱਚ ਸਾਡੀ ਹੀ ਨਹੀਂ।"

ਜੋ ਵੀ ਕੰਮ ਤੁਸੀਂ ਕਰਨਾ ਚਾਹੁੰਦੇ ਹੋ, ਉਸਨੂੰ ਜਲਦੀ ਸ਼ੁਰੂ ਕਰੋ। ਜ਼ਿਆਦਾ ਇੰਤਜ਼ਾਰ ਕਰਨ ਨਾਲ ਹੋ ਸਕਦਾ ਹੈ ਕਿ ਤੁਸੀਂ ਕਦੇ ਨਾ ਕਰ ਪਾਓ।

ਜੇ ਤੁਸੀਂ ਦੁਨੀਆ ਦੀ ਯਾਤਰਾ ਕਰਨਾ ਚਾਹੁੰਦੇ ਹੋ, ਤਾਂ **ਹੁਣ ਸਭ ਤੋਂ ਵਧੀਆ ਸਮਾਂ ਹੈ**। ਜੇ ਤੁਸੀਂ ਕਾਰੋਬਾਰ ਸ਼ੁਰੂ ਕਰਨਾ ਚਾਹੁੰਦੇ ਹੋ, ਤਾਂ **ਹੁਣ ਸਭ ਤੋਂ ਵਧੀਆ ਸਮਾਂ ਹੈ।**

ਜੇ ਤੁਸੀਂ ਜਿੰਮ ਜਾਣਾ ਚਾਹੁੰਦੇ ਹੋ, ਤਾਂ ਹੁਣ **ਸਭ ਤੋਂ ਵਧੀਆ ਸਮਾਂ ਹੈ**। ਇਸ ਤੋਂ ਬਿਹਤਰ ਸਮਾਂ ਨਹੀਂ ਮਿਲੇਗਾ।

ਜੋ ਕੁਝ ਵੀ ਤੁਹਾਡੇ ਦਿਲ ਨੂੰ ਖ਼ੁਸ਼ ਕਰਦਾ ਹੈ, ਉਸਨੂੰ ਹੁਣ ਹੀ ਕਰੋ।

ਬਾਅਦ ਵਿੱਚ, ਤੁਸੀਂ ਆਪਣੇ ਆਪ ਦਾ ਧੰਨਵਾਦ ਕਰੋਗੇ।

100%
ਜ਼ਿੰਮੇਵਾਰੀ ਲਵੋ

“ਮਹਾਨ ਬਣਨ ਦੀ ਅਸਲੀ ਕੀਮਤ ਜ਼ਿੰਮੇਵਾਰੀ ਲੈਣਾ ਹੈ।”

– ਵਿੰਸਟਨ ਚਰਚਿਲ

ਬਾਥ ਯੂਨੀਵਰਸਿਟੀ ਦੇ ਮਨੋਵਿਗਿਆਨੀ ਬਾਸ ਵਰਪਲੈਂਕਨ ਅਤੇ ਉਨ੍ਹਾਂ ਦੀ ਟੀਮ ਦੇ ਇੱਕ ਹਾਲੀਆ ਅਧਿਐਨ ਅਨੁਸਾਰ, ਲੋਕ ਹਰ ਨਵੇਂ ਸਾਲ ਜ਼ਿਆਦਾਤਰ ਤਿੰਨ ਸੰਕਲਪ ਲੈਂਦੇ ਹਨ:

1. **ਸਿਹਤਮੰਦ ਰਹਿਣਾ (23%)**
2. **ਆਪਣੇ-ਆਪ ਵਿੱਚ ਸੁਧਾਰ ਕਰਨਾ ਜਾਂ ਖ਼ੁਸ਼ ਰਹਿਣਾ (21%)**
3. **ਭਾਰ ਘਟਾਉਣਾ (20%)**

ਪਰ 91% ਲੋਕ ਆਪਣੇ ਇਹ ਫ਼ੈਸਲੇ ਪੂਰੇ ਨਹੀਂ ਕਰ ਸਕਦੇ। ਵਰਪਲੈਂਕਨ ਦੇ ਸ਼ਬਦਾਂ ਵਿੱਚ “ਜ਼ਿਆਦਾਤਰ ਸੰਕਲਪ 31 ਦਸੰਬਰ ਨੂੰ ਲਏ ਜਾਂਦੇ ਹਨ ਅਤੇ 2 ਜਨਵਰੀ ਤੱਕ ਖ਼ਤਮ ਹੋ ਜਾਂਦੇ ਹਨ।”

ਹਰ ਵਾਰ ਅਸੀਂ ਕਿਸੇ ਨਾ ਕਿਸੇ ਨੂੰ ਦੋਸ਼ ਦਿੰਦੇ ਹਾਂ।

ਪਰ ਸੱਚ ਇਹ ਹੈ ਕਿ ਤੁਹਾਡੀ ਜ਼ਿੰਦਗੀ ਦੀ ਜ਼ਿੰਮੇਵਾਰੀ ਸਿਰਫ਼ ਤੁਹਾਡੀ ਹੈ। ਤੁਸੀਂ ਚਾਹੇ ਦੋਸਤਾਂ, ਪਰਿਵਾਰ, ਜੀਵਨ ਸਾਥੀ ਜਾਂ ਹੋਰ ਕਿਸੇ ਨੂੰ ਦੋਸ਼ੀ ਮੰਨ ਲਓ ਕਿ ਉਹਨਾਂ ਕਰਕੇ ਤੁਸੀਂ ਕੁਝ ਨਹੀਂ ਕਰ ਪਾਏ, ਪਰ ਅਸਲ ਵਿੱਚ ਫ਼ੈਸਲਾ ਤੁਹਾਡੇ ਹੀ ਹੱਥ ਵਿੱਚ ਹੁੰਦਾ ਹੈ।

ਬਹਾਨੇ ਬਣਾਉਣ ਜਾਂ ਆਪਣੇ ਆਪ ਨੂੰ ਇਹ ਮਨਾਉਣ ਨਾਲ ਕਿ ਕੁਝ ਵੀ ਤੁਹਾਡੇ ਵੱਸ ਦੀ ਗੱਲ ਨਹੀਂ, ਸ਼ਾਇਦ ਕੁਝ ਸਮੇਂ ਲਈ ਸਹਾਰਾ ਮਿਲ ਜਾਵੇ, ਪਰ ਅਸਲ ਵਿੱਚ ਹਮੇਸ਼ਾ ਕੁਝ ਨਾ ਕੁਝ ਤੁਹਾਡੇ ਹੱਥ ਵਿੱਚ ਹੁੰਦਾ ਹੈ। ਤੁਸੀਂ ਹਮੇਸ਼ਾ ਆਪਣੇ ਵੱਲੋਂ ਪੂਰੀ ਕੋਸ਼ਿਸ਼

ਕਰ ਸਕਦੇ ਹੋ। ਤੁਹਾਡੇ ਕੀਤੇ ਜਾਂ ਨਾ ਕੀਤੇ ਹਰ ਕੰਮ ਦਾ ਸਿੱਧਾ ਅਸਰ ਤੁਹਾਡੀ ਜ਼ਿੰਦਗੀ 'ਤੇ ਪੈਂਦਾ ਹੈ। ਕੰਟਰੋਲ ਤੁਹਾਡੇ ਆਪਣੇ ਹੱਥ ਵਿੱਚ ਹੈ।

ਇਸ ਲਈ, ਜਦੋਂ ਵੀ ਤੁਸੀਂ ਆਪਣੀ ਸਮੱਸਿਆ ਲਈ ਕਿਸੇ ਹੋਰ ਨੂੰ ਦੋਸ਼ ਦਿਓ, ਤਾਂ ਯਾਦ ਰੱਖੋ ਕਿ ਤੁਸੀਂ ਆਪਣੀ ਤਾਕਤ ਛੱਡ ਰਹੇ ਹੋ, ਜਿਸਦੇ ਨਤੀਜੇ ਜ਼ਰੂਰ ਮਿਲਣਗੇ। ਸੱਚ ਇਹ ਹੈ ਕਿ ਤੁਹਾਡਾ ਭਵਿੱਖ, ਤੁਹਾਡੇ ਮੌਜੂਦਾ ਕੰਮਾਂ 'ਤੇ ਨਿਰਭਰ ਕਰਦਾ ਹੈ।

ਇੱਕ ਸੁੰਦਰ ਜ਼ੈਨ (Zen) ਕਹਾਣੀ ਹੈ:

ਦੋ ਆਦਮੀ ਇੱਕ ਜ਼ੈਨ ਗੁਰੂ ਨੂੰ ਮਿਲਣ ਆਉਂਦੇ ਹਨ।
ਪਹਿਲਾ ਆਦਮੀ ਪੁੱਛਦਾ ਹੈ:

"ਮੈਂ ਇਸ ਸ਼ਹਿਰ ਵਿੱਚ ਵਸਣਾ ਚਾਹੁੰਦਾ ਹਾਂ। ਦੱਸੋ, ਇਹ ਕਿਹੋ ਜਿਹਾ ਹੈ?"

ਜ਼ੈਨ ਗੁਰੂ ਪੁੱਛਦਾ ਹੈ: "ਤੁਹਾਡਾ ਪੁਰਾਣਾ ਸ਼ਹਿਰ ਕਿਵੇਂ ਸੀ?"

ਪਹਿਲਾ ਆਦਮੀ ਕਹਿੰਦਾ ਹੈ: "ਉਹ ਬਹੁਤ ਖ਼ਰਾਬ ਸੀ। ਲੋਕ ਵੀ ਬੁਰੇ ਸਨ। ਮੈਨੂੰ ਉਹ ਜਗ੍ਹਾ ਬਿਲਕੁਲ ਪਸੰਦ ਨਹੀਂ ਸੀ।"

ਜ਼ੈਨ ਗੁਰੂ ਕਹਿੰਦਾ ਹੈ: "ਇਹ ਨਵਾਂ ਸ਼ਹਿਰ ਵੀ ਬਿਲਕੁਲ ਉਹੋ ਜਿਹਾ ਹੈ।"

ਇਹ ਸੁਣ ਕੇ ਪਹਿਲਾ ਆਦਮੀ ਚਲਾ ਜਾਂਦਾ ਹੈ। ਫਿਰ ਦੂਜਾ ਆਦਮੀ ਅੰਦਰ ਆਉਂਦਾ ਹੈ।

ਦੂਜਾ ਆਦਮੀ ਪੁੱਛਦਾ ਹੈ: "ਮੈਂ ਇਸ ਸ਼ਹਿਰ ਵਿੱਚ ਵਸਣਾ ਚਾਹੁੰਦਾ ਹਾਂ। ਦੱਸੋ, ਇਹ ਕਿਹੋ ਜਿਹਾ ਹੈ?"

ਜ਼ੈਨ ਗੁਰੂ ਕਹਿੰਦਾ ਹੈ: "ਤੁਹਾਡਾ ਪੁਰਾਣਾ ਸ਼ਹਿਰ ਕਿਵੇਂ ਸੀ?"

ਦੂਜਾ ਆਦਮੀ ਕਹਿੰਦਾ ਹੈ: "ਉਹ ਬਹੁਤ ਵਧੀਆ ਸੀ। ਸਭ ਲੋਕ ਦੋਸਤਾਨਾ ਸਨ ਅਤੇ ਮੈਂ ਖ਼ੁਸ਼ ਰਹਿੰਦਾ ਸੀ।"

ਜ਼ੈਨ ਗੁਰੂ ਕਹਿੰਦਾ ਹੈ: "ਇਹ ਨਵਾਂ ਸ਼ਹਿਰ ਵੀ ਬਿਲਕੁਲ ਉਹੋ ਜਿਹਾ ਹੈ।"

ਜ਼ਿੰਦਗੀ ਅਸਲ ਵਿੱਚ ਉਹੀ ਹੁੰਦੀ ਹੈ ਜਿਵੇਂ ਅਸੀਂ ਇਸਨੂੰ ਬਣਾਉਂਦੇ ਹਾਂ। ਇਹ ਸਾਡੇ ਕੰਮਾਂ ਦਾ ਪਰਛਾਵਾਂ ਹੈ। ਜੇ ਅਸੀਂ ਖ਼ੁਦ ਮਿਹਨਤ ਨਹੀਂ ਕਰਦੇ ਅਤੇ ਚੰਗਾ ਨਹੀਂ ਸੋਚਦੇ, ਤਾਂ ਫਿਰ ਅਸੀਂ ਚੰਗੇ ਨਤੀਜੇ ਦੀ ਉਮੀਦ ਵੀ ਨਹੀਂ ਕਰ ਸਕਦੇ।

ਤੁਹਾਨੂੰ ਬਚਾਉਣ ਲਈ ਕੋਈ ਨਹੀਂ ਆਵੇਗਾ।

ਹਮੇਸ਼ਾ ਯਾਦ ਰੱਖੋ:

ਕਿਸੇ ਨੂੰ ਫ਼ਰਕ ਨਹੀਂ ਪੈਂਦਾ ਕਿ ਤੁਸੀਂ ਆਲਸੀ ਹੋ ਜਾਂ ਨਹੀਂ।
ਕਿਸੇ ਨੂੰ ਫ਼ਰਕ ਨਹੀਂ ਪੈਂਦਾ ਕਿ ਤੁਸੀਂ ਟਾਲਮਟੋਲ ਕਰਦੇ ਹੋ ਜਾਂ ਨਹੀਂ।

ਕੋਈ ਵੀ ਤੁਹਾਡੀ ਜ਼ਿੰਦਗੀ ਨਹੀਂ ਬਦਲ ਸਕਦਾ ਤੇ ਸਭ ਤੋਂ ਵੱਡੀ ਗੱਲ, ਕਿਸੇ ਨੂੰ ਵੀ ਇਸ ਵਿਚ ਦਿਲਚਸਪੀ ਨਹੀਂ ਹੁੰਦੀ ਕਿ ਉਹ ਤੁਹਾਡੀ ਜ਼ਿੰਦਗੀ ਬਦਲੇ। ਇਹ ਸਿਰਫ਼ ਤੁਹਾਡੇ 'ਤੇ ਨਿਰਭਰ ਕਰਦਾ ਹੈ। ਤੁਸੀਂ ਚਾਹੋ ਤਾਂ ਟਾਲਮਟੋਲ ਕਰਦੇ ਰਹੋ ਅਤੇ ਦੂਜਿਆਂ ਦੀ ਮਦਦ ਦੀ ਉਡੀਕ ਕਰਦੇ ਰਹੋ, ਪਰ ਸ਼ਾਇਦ ਤੁਹਾਨੂੰ ਹਮੇਸ਼ਾ ਉਡੀਕ ਹੀ ਕਰਨੀ ਪਏ। ਇਸ ਸੋਚ ਤੋਂ ਬਾਹਰ ਆਉਣ ਲਈ, ਸਭ ਤੋਂ ਪਹਿਲਾਂ ਇਹ ਭਰਮ ਛੱਡੋ ਕਿ ਕੋਈ ਹੋਰ ਆਏਗਾ ਤੇ ਤੁਹਾਨੂੰ ਬਚਾਵੇਗਾ।

ਜ਼ਿੰਦਗੀ ਦੇ ਕੌੜੇ ਸੱਚ:

ਜੇ ਤੁਸੀਂ ਆਲਸੀ ਹੋ, ਤਾਂ ਇਹ ਤੁਹਾਡੀ ਆਪਣੀ ਮਰਜ਼ੀ ਹੈ।

ਜੇ ਤੁਸੀਂ ਨਾਖ਼ੁਸ਼ ਹੋ, ਤਾਂ ਤੁਸੀਂ ਖ਼ੁਸ਼ ਰਹਿਣਾ ਚੁਣ ਸਕਦੇ ਹੋ।

ਜੇ ਤੁਸੀਂ ਟਾਲ-ਮਟੋਲ ਕਰਦੇ ਹੋ, ਤਾਂ ਇਹ ਇੱਕ ਬੁਰੀ ਆਦਤ ਹੈ, ਜਿਸਨੂੰ ਛੱਡਣਾ ਜ਼ਰੂਰੀ ਹੈ।

ਅੱਗੇ ਵਧਣ ਦੀ ਜ਼ਿੰਮੇਵਾਰੀ ਤੋਂ ਭੱਜ ਕੇ ਤੁਹਾਨੂੰ ਕੀ ਮਿਲੇਗਾ? ਅਸਲ ਵਿੱਚ, ਕੁਝ ਵੀ ਨਹੀਂ। ਜੇ ਤੁਸੀਂ ਆਪਣੀ ਜ਼ਿੰਦਗੀ ਬਦਲਣਾ ਚਾਹੁੰਦੇ ਹੋ, ਤਾਂ ਯਾਦ ਰੱਖੋ ਕਿ ਇਸਦਾ ਹੱਲ ਸਿਰਫ਼ ਤੁਹਾਡੇ ਕੋਲ ਹੈ। ਸ਼ਿਕਾਇਤ ਕਰਨਾ ਅਸਾਨ ਹੈ, ਪਰ ਇਸ ਨਾਲ ਕੁਝ ਵੀ ਨਹੀਂ ਮਿਲਦਾ। ਤੁਹਾਨੂੰ ਕਦਮ ਚੁੱਕਣਾ ਪਵੇਗਾ। ਤੁਸੀਂ ਅੱਜ ਹੀ ਸ਼ੁਰੂ ਕਰ ਸਕਦੇ ਹੋ, ਜਾਂ ਕੱਲ੍ਹ ਤੱਕ ਉਡੀਕ ਕਰ ਸਕਦੇ ਹੋ। ਫ਼ੈਸਲਾ ਤੁਹਾਡਾ ਹੈ।

> **"ਰੁੱਖ ਲਗਾਉਣ ਦਾ ਸਭ ਤੋਂ ਵਧੀਆ ਸਮਾਂ 20 ਸਾਲ ਪਹਿਲਾਂ ਸੀ। ਦੂਜਾ ਸਭ ਤੋਂ ਵਧੀਆ ਸਮਾਂ ਹੁਣ ਹੈ।"**
>
> **– ਚੀਨੀ ਕਹਾਵਤ**

ਗ਼ਲਤੀਆਂ ਓਨੀਆਂ ਮਾੜੀਆਂ ਨਹੀਂ ਹੁੰਦੀਆਂ ਜਿੰਨੀਆਂ ਤੁਸੀਂ ਸੋਚਦੇ ਹੋ

ਗ਼ਲਤੀਆਂ ਕਰਨਾ ਠੀਕ ਹੈ। ਇਹ ਜ਼ਿੰਦਗੀ ਦਾ ਕੁਦਰਤੀ ਹਿੱਸਾ ਹਨ ਅਤੇ ਵਾਰ-ਵਾਰ ਗ਼ਲਤੀਆਂ ਹੋਣਾ ਆਮ ਗੱਲ ਹੈ। ਤੁਸੀਂ ਆਪਣੇ ਕੰਮਾਂ ਲਈ ਜ਼ਿੰਮੇਵਾਰ ਹੋ, ਇਸ ਲਈ ਗ਼ਲਤੀਆਂ ਨੂੰ ਸਬਕ ਵਜੋਂ ਲਓ ਅਤੇ ਅੱਗੇ ਵਧੋ। ਉਨ੍ਹਾਂ ਤੋਂ ਸਿੱਖੋ ਅਤੇ ਅਗਲੀ ਵਾਰ ਬਿਹਤਰ ਕਰਨ ਦਾ ਵਚਨ ਆਪਣੇ-ਆਪ ਨਾਲ ਕਰੋ। ਭਾਵੇਂ ਅਣਜਾਣੇ ਵਿੱਚ ਕੁਝ ਕਰਨ ਤੋਂ ਡਰ ਲੱਗੇ, ਪਰ ਅਨੁਭਵ ਹਾਸਲ ਕਰਨਾ ਸਭ ਤੋਂ ਵਧੀਆ ਤਰੀਕਾ ਹੈ। ਛਾਲ ਮਾਰਨਾ ਸ਼ੁਰੂ ਵਿੱਚ ਡਰਾਉਣਾ ਹੋ ਸਕਦਾ ਹੈ, ਪਰ ਇਹੀ ਅੱਗੇ ਵਧਣ ਦਾ ਰਾਹ ਹੈ।

ਜੇ ਤੁਸੀਂ ਗ਼ਲਤੀ ਕਰ ਲੈਂਦੇ ਹੋ, ਤਾਂ ਉਸ ਤੋਂ ਸਿੱਖੋ ਅਤੇ ਅੱਗੇ ਵਧੋ।

ਉਦਾਸੀਨਤਾ ਜਾਂ ਟਾਲਮਟੋਲ ਦੇ ਤਲਾਬ ਵਿੱਚ ਫਸਣ ਦੀ ਬਜਾਏ, ਨਦੀ ਵਿੱਚ ਤੈਰੋ ਅਤੇ ਜ਼ਿੰਦਗੀ ਦੇ ਵਹਾਅ ਨਾਲ ਚੱਲੋ।ਜਿਵੇਂ ਕਿ ਇੱਕ ਮਸ਼ਹੂਰ ਕਹਾਵਤ ਹੈ:

"ਜੇ ਤੁਸੀਂ ਅੱਗੇ ਨਹੀਂ ਵਧ ਰਹੇ, ਤਾਂ ਤੁਸੀਂ ਜਿਉਂਦੇ ਨਹੀਂ ਹੋ!"

> **"ਸਫ਼ਲਤਾ ਕਦੇ ਵੀ ਗ਼ਲਤੀਆਂ ਨਾ ਕਰਨ ਵਿੱਚ ਨਹੀਂ ਹੈ, ਸਗੋਂ ਉਹ ਗ਼ਲਤੀ ਦੂਜੀ ਵਾਰ ਨਾ ਕਰਨ ਵਿੱਚ ਹੈ।"**
>
> ***– ਜਾਰਜ ਬਰਨਾਰਡ ਸ਼ਾਅ***

ਆਪਣੇ ਆਪ 'ਤੇ ਧਿਆਨ ਦਿਓ

ਉਨ੍ਹਾਂ ਚੀਜ਼ਾਂ ਦੀ ਚਿੰਤਾ ਨਾ ਕਰੋ ਜੋ ਤੁਹਾਡੇ ਹੱਥ ਵਿੱਚ ਨਹੀਂ ਹਨ।

ਜੇ ਕੋਈ ਚੀਜ਼ ਤੁਹਾਨੂੰ ਪ੍ਰਭਾਵਿਤ ਨਹੀਂ ਕਰਦੀ, ਤਾਂ ਉਸ ਤੋਂ ਪਰੇਸ਼ਾਨ ਕਿਉਂ ਹੋਣਾ?

ਅਕਸਰ ਲੋਕ ਉਹਨਾਂ ਚੀਜ਼ਾਂ ਦੀ ਚਿੰਤਾ ਕਰਦੇ ਰਹਿੰਦੇ ਹਨ ਜੋ ਉਹ ਕੰਟਰੋਲ ਨਹੀਂ ਕਰ ਸਕਦੇ, ਜਿਵੇਂ ਦੂਜਿਆਂ ਦੇ ਵਿਚਾਰ ਜਾਂ ਅਜਨਬੀਆਂ ਦੀ ਸੋਚ।

ਇਸ ਨਾਲ ਤੁਸੀਂ ਸਵੈ-ਸ਼ੱਕ ਵਿੱਚ ਫਸ ਸਕਦੇ ਹੋ ਅਤੇ ਆਪਣੇ ਅਸਲੀ ਵਾਧੇ ਨੂੰ ਰੋਕ ਸਕਦੇ ਹੋ। ਇਸ ਦੀ ਬਜਾਏ, ਉਹਨਾਂ ਚੀਜ਼ਾਂ 'ਤੇ ਧਿਆਨ ਦਿਓ ਜੋ ਤੁਹਾਡੇ ਲਈ ਸੱਚਮੁੱਚ ਮਹੱਤਵਪੂਰਨ ਹਨ। ਦੂਜਿਆਂ ਦੇ ਵਿਚਾਰਾਂ ਦੀ ਚਿੰਤਾ ਛੱਡ ਦਿਓ।ਤੁਸੀਂ ਦੂਜਿਆਂ ਨੂੰ ਨਹੀਂ ਬਦਲ ਸਕਦੇ, ਅਤੇ ਇਸ 'ਤੇ ਸੋਚਣ ਨਾਲ ਤੁਹਾਡੀ ਕੀਮਤੀ ਊਰਜਾ ਬਰਬਾਦ ਹੋ

ਜਾਵੇਗੀ। ਆਪਣੇ ਆਪ 'ਤੇ ਧਿਆਨ ਦਿਓ ਅਤੇ ਉਹਨਾਂ ਗੱਲਾਂ 'ਤੇ ਕੇਂਦਰਿਤ ਰਹੋ ਜੋ ਤੁਹਾਡੇ ਲਈ ਸੱਚਮੁੱਚ ਜ਼ਰੂਰੀ ਹਨ।

> **"ਆਪਣਾ ਧਿਆਨ ਸਿਰਫ਼ ਉਸ ਚੀਜ਼ 'ਤੇ ਰੱਖੋ ਜੋ ਸੱਚਮੁੱਚ ਤੁਹਾਡੇ ਲਈ ਮਹੱਤਵਪੂਰਨ ਹੈ। ਜੋ ਦੂਜਿਆਂ ਦਾ ਹੈ, ਉਹ ਉਨ੍ਹਾਂ ਦਾ ਮਾਮਲਾ ਹੈ, ਤੁਹਾਡਾ ਨਹੀਂ।"**
>
> **– ਐਪਿਕਟੇਟਸ**

3 ਕਿਸਮਾਂ ਦੇ ਲੋਕ:

ਆਮ ਤੌਰ 'ਤੇ, ਅਸੀਂ ਕਹਿ ਸਕਦੇ ਹਾਂ ਕਿ 3 ਤਰ੍ਹਾਂ ਦੇ ਲੋਕ ਹੁੰਦੇ ਹਨ:

1. **"ਪਹਿਲੇ ਕਿਸਮ ਦੇ ਲੋਕ ਜੋ ਕੁਝ ਕਰਨਾ ਚਾਹੁੰਦੇ ਹਨ, ਉਹ ਸ਼ੁਰੂ ਨਹੀਂ ਕਰਦੇ ਅਤੇ ਆਖ਼ਿਰ ਵਿੱਚ ਕੁਝ ਵੀ ਨਹੀਂ ਕਰਦੇ।"** ਇਹ ਗੱਲ ਜ਼ਿਆਦਾਤਰ ਲੋਕਾਂ 'ਤੇ ਲਾਗੂ ਹੁੰਦੀ ਹੈ।ਉਹ ਆਪਣੇ ਸੁਪਨੇ ਅਮਲ 'ਚ ਨਹੀਂ ਲਿਆਉਂਦੇ। ਉਹ ਉਹ ਨਹੀਂ ਕਰਦੇ ਜੋ ਕਰਨਾ ਚਾਹੀਦਾ ਹੈ ਅਤੇ ਸਿਰਫ਼ ਕੁਝ ਚੰਗਾ ਹੋਣ ਦੀ ਉਡੀਕ ਕਰਦੇ ਰਹਿੰਦੇ ਹਨ।"
2. **"ਦੂਜੀ ਕਿਸਮ ਦੇ ਲੋਕ ਕੁਝ ਸ਼ੁਰੂ ਤਾਂ ਕਰਦੇ ਹਨ, ਪਰ ਮੁਸ਼ਕਲ ਆਉਂਦੇ ਹੀ ਛੱਡ ਦਿੰਦੇ ਹਨ ਅਤੇ ਬਾਅਦ ਵਿੱਚ ਪਛਤਾਉਂਦੇ ਰਹਿੰਦੇ ਹਨ।"**
3. **ਤੀਜੀ ਕਿਸਮ ਦੇ ਲੋਕ ਸਖ਼ਤ ਮਿਹਨਤ ਕਰਦੇ ਹਨ, ਮੁਸ਼ਕਲਾਂ ਦੇ ਬਾਵਜੂਦ ਹਾਰ ਨਹੀਂ ਮੰਨਦੇ, ਅਤੇ ਅੱਗੇ ਵਧਦੇ ਰਹਿੰਦੇ ਹਨ।** ਇਹ ਉਹ 1% ਲੋਕ ਹਨ ਜੋ ਸਫ਼ਲ ਹੁੰਦੇ ਹਨ।

ਤੀਜੀ ਕਿਸਮ ਦੇ ਲੋਕਾਂ ਦੀ ਇੱਕ ਖ਼ਾਸ ਗੱਲ ਹੈ: ਦ੍ਰਿੜਤਾ।

ਚਾਹੇ ਸਭ ਕੁਝ ਸੁਚਾਰੂ ਨਾ ਹੋਵੇ, ਉਹ ਆਪਣੇ ਅੰਤਿਮ ਟੀਚੇ ਨੂੰ ਦਿਮਾਗ਼ ਵਿੱਚ ਰੱਖ ਕੇ ਡਟੇ ਰਹਿੰਦੇ ਹਨ। ਜ਼ਿੰਦਗੀ ਵਿੱਚ ਗ਼ਲਤੀਆਂ ਹੋ ਸਕਦੀਆਂ ਹਨ, ਰੁਕਾਵਟਾਂ ਆ ਸਕਦੀਆਂ ਹਨ — ਇਹ ਸਧਾਰਨ ਗੱਲ ਹੈ।ਤੁਹਾਡਾ ਰਸਤਾ ਹਮੇਸ਼ਾ ਸੌਖਾ ਨਹੀਂ ਹੋਵੇਗਾ, ਪਰ ਜਿੰਨਾ ਚਿਰ ਤੁਸੀਂ ਅੱਗੇ ਵਧਦੇ ਰਹੋਗੇ, ਤੁਸੀਂ ਆਪਣੇ ਟੀਚਿਆਂ ਦੇ ਨਜ਼ਦੀਕ ਹੋਵੋਗੇ।

ਜ਼ਿੰਦਗੀ ਇੱਕ ਦੌੜ ਨਹੀਂ, ਬਲਕਿ ਇੱਕ ਮੈਰਾਥਨ ਹੈ।

ਇਹ ਲੰਬਾ ਅਤੇ ਔਖਾ ਹੁੰਦਾ ਹੈ, ਜਿਸ ਲਈ ਸਹਿਣਸ਼ੀਲਤਾ, ਤਾਕਤ ਅਤੇ ਦ੍ਰਿੜਤਾ ਦੀ ਲੋੜ ਹੁੰਦੀ ਹੈ। ਇਸ ਨੂੰ ਵਿੱਚ ਛੱਡਣ ਦਾ ਕੋਈ ਇਨਾਮ ਨਹੀਂ ਹੈ, ਪਰ ਜਦੋਂ ਤੁਸੀਂ ਆਪਣੇ ਟੀਚਿਆਂ ਨੂੰ ਪ੍ਰਾਪਤ ਕਰੋਗੇ, ਤਾਂ ਉਸ ਪ੍ਰਾਪਤੀ ਦੀ ਭਾਵਨਾ ਤੁਹਾਡੇ ਲਈ ਸਭ ਤੋਂ ਵਧੀਆ ਇਨਾਮ ਹੋਵੇਗੀ।

ਆਪਣੇ ਆਲੇ-ਦੁਆਲੇ ਸਹੀ ਲੋਕ ਰੱਖੋ

"ਤੁਸੀਂ ਉਹਨਾਂ ਪੰਜ ਲੋਕਾਂ ਵਰਗੇ ਹੋ ਜਿਨ੍ਹਾਂ ਨਾਲ ਤੁਸੀਂ ਸਭ ਤੋਂ ਵੱਧ ਸਮਾਂ ਬਿਤਾਉਂਦੇ ਹੋ।"

– ਜਿਮ ਰੋਹਨ

2001 ਵਿੱਚ, ਵਾਰੇਨ ਬਫੇ ਨੇ ਜੌਰਜੀਆ ਯੂਨੀਵਰਸਿਟੀ ਦੇ ਵਿਦਿਆਰਥੀਆਂ ਨੂੰ ਇੱਕ ਮਹੱਤਵਪੂਰਨ ਸਵਾਲ ਪੁੱਛਿਆ।

ਉਸਨੇ ਇੱਕ ਉਦਾਹਰਨ ਦਿੱਤੀ: ਸੋਚੋ ਤੁਸੀਂ ਇੱਕ ਵਿਅਕਤੀ ਨੂੰ ਇੱਕ ਕੰਪਨੀ ਵਾਂਗ ਦੇਖ ਰਹੇ ਹੋ ਅਤੇ ਉਸ ਵਿੱਚ ਨਿਵੇਸ਼ ਕਰਨ ਦੀ ਸੋਚ ਰਹੇ ਹੋ। ਇਸ ਮਿਸਾਲ ਦੇ ਅਨੁਸਾਰ, ਤੁਹਾਨੂੰ ਉਸ ਵਿਅਕਤੀ ਦੀ ਭਵਿੱਖ ਦੀ ਆਮਦਨ ਦਾ 10% ਮਿਲੇਗਾ (ਜੋ ਉਸ ਦੀ ਸਿਹਤ, ਖ਼ੁਸ਼ੀ ਜਾਂ ਗਿਆਨ ਹੋ ਸਕਦਾ ਹੈ)।

ਤੁਸੀਂ ਕਿਸਨੂੰ ਚੁਣੋਗੇ? ਅਤੇ ਕਿਉਂ?

ਸਵਾਲ ਇਹ ਹੈ: ਉਹ ਤੁਹਾਡੇ ਤੋਂ ਵੱਖਰੇ ਕਿਵੇਂ ਹਨ?

ਉਨ੍ਹਾਂ ਨੇ ਕਿਹੜੀਆਂ ਆਦਤਾਂ ਪਾਈਆਂ ਹਨ ਜੋ ਤੁਹਾਡੇ ਕੋਲ ਨਹੀਂ ਹਨ?

"ਇਹ ਉਲਟ ਵੀ ਲਾਗੂ ਹੁੰਦਾ ਹੈ। ਜੇ ਤੁਸੀਂ ਕਿਸੇ ਦੀ ਆਮਦਨ ਘਟਾਉਣੀ ਹੋਵੇ:"

ਤੁਸੀਂ ਕਿਸਨੂੰ ਚੁਣੋਗੇ? ਅਤੇ ਕਿਉਂ?

ਅਸੀਂ ਅਕਸਰ ਉਹਨਾਂ ਲੋਕਾਂ ਦੇ ਦੁਆਲੇ ਰਹਿਣਾ ਚਾਹੁੰਦੇ ਹਾਂ ਜਿਨ੍ਹਾਂ ਦੀ ਸੋਚ, ਟੀਚੇ ਅਤੇ ਪ੍ਰੇਰਣਾ ਸਾਡੇ ਵਰਗੀ ਹੁੰਦੀ ਹੈ। ਜੇ ਉਹ ਘੱਟ ਉਮੀਦਾਂ ਵਾਲੇ ਹੋਣ, ਜਿਨਾਂ ਦੇ ਟੀਚੇ ਮਿੱਥੇ ਨਹੀਂ ਹਨ ਅਤੇ ਪ੍ਰੇਰਣਾ ਦੀ ਘਾਟ ਹੈ ਤਾਂ ਅਸੀਂ ਵੀ ਉਹੀ ਮਹਿਸੂਸ ਕਰਾਂਗੇ।

ਜੇ ਤੁਹਾਡੇ ਦੋਸਤ ਆਲਸੀ ਹਨ, ਤਾਂ ਤੁਹਾਡੇ ਵੀ ਆਲਸੀ ਹੋਣ ਦੀ ਸੰਭਾਵਨਾ ਹੈ।

ਜੇ ਤੁਹਾਡੇ ਦੋਸਤ ਟਾਲ-ਮਟੋਲ ਕਰਦੇ ਹਨ, ਤਾਂ ਤੁਹਾਡੇ ਟਾਲ-ਮਟੋਲ ਕਰਨ ਦੀ ਸੰਭਾਵਨਾ ਵੀ ਵੱਧਦੀ ਹੈ।

ਦੂਜੇ ਪਾਸੇ, ਜੇ ਤੁਹਾਡੇ ਦੋਸਤ ਸਖ਼ਤ ਮਿਹਨਤ ਕਰਦੇ ਹਨ, ਤਾਂ ਤੁਹਾਡੇ ਸਖ਼ਤ ਮਿਹਨਤ ਕਰਨ ਦੀ ਵੀ ਸੰਭਾਵਨਾ ਹੈ।

ਜੇ ਤੁਹਾਡੇ ਦੋਸਤ ਕਿਤਾਬਾਂ ਪੜ੍ਹਦੇ ਹਨ, ਤਾਂ ਤੁਸੀਂ ਵੀ ਕਿਤਾਬਾਂ ਪੜ੍ਹਨਾ ਸ਼ੁਰੂ ਕਰ ਸਕਦੇ ਹੋ।

ਕੋਈ ਬਾਹਰੀ ਕਾਰਨ ਵੀ ਹੋ ਸਕਦਾ ਹੈ, ਪਰ ਉਹ ਘੱਟ ਹੁੰਦਾ ਹੈ।

ਲੋਕਾਂ ਦੇ ਰੁਕਣ ਦਾ ਮੁੱਖ ਕਾਰਨ ਇਹ ਹੈ ਕਿ ਉਹ ਆਪਣੇ-ਆਪ ਨੂੰ ਉਹਨਾਂ ਲੋਕਾਂ ਦੁਆਲੇ ਰੱਖਦੇ ਹਨ ਜੋ ਕੁਝ ਨਹੀਂ ਕਰਦੇ। ਬੁਨਿਆਦੀ ਗੱਲ ਇਹ ਹੈ ਕਿ ਤੁਸੀਂ ਉਹਨਾਂ ਲੋਕਾਂ ਦੀਆਂ ਆਦਤਾਂ ਅਪਣਾਉਂਦੇ ਹੋ ਜਿਹੜੇ ਤੁਹਾਡੇ ਨੇੜੇ ਹੁੰਦੇ ਹਨ। ਫਿਰ ਉਨ੍ਹਾਂ ਦੀਆਂ ਚੰਗੀਆਂ ਜਾਂ ਮਾੜੀਆਂ ਸਭ ਆਦਤਾਂ ਤੁਹਾਡੇ ਵਿੱਚ ਵੀ ਆ ਜਾਂਦੀਆਂ ਹਨ। ਜੇਕਰ ਤੁਹਾਡਾ ਦੋਸਤ ਸਮਾਂ ਬਰਬਾਦ ਕਰਨਾ ਪਸੰਦ ਕਰਦਾ ਹੈ, ਤਾਂ ਤੁਸੀਂ ਵੀ ਉਸ ਨਾਲ ਸਮਾਂ ਬਰਬਾਦ ਕਰਦੇ ਹੋ। ਦੂਜਿਆਂ ਤੋਂ ਪ੍ਰਭਾਵਿਤ ਹੋਣਾ ਅਸਾਨ ਹੈ, ਖ਼ਾਸ ਕਰਕੇ ਆਪਣੇ ਨੇੜੇ ਦੇ ਲੋਕਾਂ ਤੋਂ। ਇਸਦਾ ਉਲਟ ਵੀ ਸਹੀ ਹੈ। ਜੇ ਤੁਹਾਡੇ ਦੋਸਤ ਹਮੇਸ਼ਾ ਅੱਗੇ ਵਧਦੇ ਹਨ, ਆਪਣੇ ਟੀਚਿਆਂ ਲਈ ਕੰਮ ਕਰਦੇ ਹਨ ਅਤੇ ਚੰਗੀਆਂ ਆਦਤਾਂ ਅਪਣਾਉਂਦੇ ਹਨ, ਤਾਂ ਇਸਦਾ ਤੁਹਾਡੇ 'ਤੇ ਵੀ ਅਸਰ ਪਾਵੇਗਾ।

ਚੋਣ ਤੁਹਾਡੀ ਹੈ। ਜਿਹੜੇ ਲੋਕ ਤੁਹਾਡੇ ਆਲੇ-ਦੁਆਲੇ ਹਨ, ਉਹ ਤੁਹਾਡੀ ਜ਼ਿੰਦਗੀ 'ਤੇ ਵੱਡਾ ਪ੍ਰਭਾਵ ਪਾਉਂਦੇ ਹਨ। ਉਹ ਤੁਹਾਡੇ ਵਿਚਾਰਾਂ, ਕੰਮਾਂ ਅਤੇ ਭਵਿੱਖ ਨੂੰ ਰੂਪ ਦਿੰਦੇ ਹਨ। ਸਹੀ ਲੋਕ ਤੁਹਾਡੀ ਜ਼ਿੰਦਗੀ ਨੂੰ ਬਿਹਤਰ ਬਣਾਉਂਦੇ ਹਨ, ਜਦਕਿ ਗ਼ਲਤ ਲੋਕ ਤੁਹਾਡੀ ਜ਼ਿੰਦਗੀ ਨੂੰ ਹੋਰ ਖ਼ਰਾਬ ਕਰ ਸਕਦੇ ਹਨ।

ਆਪਣੀ ਸੋਚ ਬਦਲਣ ਲਈ ਆਪਣੇ ਆਲੇ-ਦੁਆਲੇ ਦੇ ਲੋਕ ਬਦਲੋ।

ਜੇ ਤੁਸੀਂ ਆਪਣੇ ਵਿਚਾਰ ਬਦਲਣਾ ਚਾਹੁੰਦੇ ਹੋ, ਤਾਂ ਤੁਹਾਨੂੰ ਆਪਣੀ ਹਰ ਗੱਲ ਬਦਲਣੀ ਪਵੇਗੀ। ਇਸ ਵਿੱਚ ਉਹ ਲੋਕ ਵੀ ਸ਼ਾਮਲ ਹਨ ਜਿਨ੍ਹਾਂ ਨੂੰ ਤੁਸੀਂ ਮਿਲਦੇ ਹੋ। ਜੇ ਤੁਹਾਡੇ ਦੋਸਤ, ਜਾਣਕਾਰ ਜਾਂ ਨੇੜੇ ਦੇ ਲੋਕ ਆਲਸੀ, ਨਕਾਰਾਤਮਕ ਹਨ ਅਤੇ ਤੁਹਾਡੀ ਜ਼ਿੰਦਗੀ

'ਤੇ ਚੰਗਾ ਪ੍ਰਭਾਵ ਨਹੀਂ ਪਾ ਰਹੇ, ਤਾਂ ਤੁਹਾਨੂੰ ਆਪਣੇ ਦਾਇਰੇ ਨੂੰ ਬਦਲਣਾ ਚਾਹੀਦਾ ਹੈ ਜਾਂ ਘੱਟੋ-ਘੱਟ ਉਹਨਾਂ ਦੀ ਸਲਾਹ ਨਾ ਸੁਣੋ।

ਕਿਸੇ ਨੇ ਇੱਕ ਵਾਰ ਕਿਹਾ:

> **"ਉਨ੍ਹਾਂ ਲੋਕਾਂ ਨਾਲ ਰਹੋ ਜਿਨ੍ਹਾਂ ਕੋਲ ਸੁਪਨੇ ਅਤੇ ਟੀਚੇ ਹਨ; ਉਹ ਤੁਹਾਨੂੰ ਵੀ ਆਪਣੇ ਸੁਪਨੇ ਪੂਰੇ ਕਰਨ ਲਈ ਪ੍ਰੇਰਿਤ ਕਰਨਗੇ।"**

ਹਰ ਕਿਸੇ ਤੋਂ ਸਲਾਹ ਨਾ ਲਓ।

ਜਿਸ ਵਿਅਕਤੀ ਵਰਗੀ ਜ਼ਿੰਦਗੀ ਤੁਸੀਂ ਨਹੀਂ ਜਿਉਣਾ ਚਾਹੁੰਦੇ, ਉਸ ਤੋਂ ਸਲਾਹ ਨਾ ਲਵੋ।ਜੇ ਤੁਸੀਂ ਖ਼ੁਸ਼ ਰਹਿਣ ਦੀ ਸਲਾਹ ਲੈਣੀ ਹੈ, ਤਾਂ ਉਸ ਵਿਅਕਤੀ ਤੋਂ ਨਾ ਪੁੱਛੋ ਜੋ ਹਮੇਸ਼ਾ ਉਦਾਸ ਰਹਿੰਦਾ ਹੈ। ਸੋਚੋ: ਜੇ ਉਸਦੀ ਸਲਾਹ ਸਹੀ ਹੁੰਦੀ, ਤਾਂ ਉਹ ਖ਼ੁਦ ਖ਼ੁਸ਼ ਕਿਉਂ ਨਾ ਹੁੰਦਾ?

ਤੁਸੀਂ ਕਿਸ ਤੋਂ ਸਲਾਹ ਲੈਂਦੇ ਹੋ, ਇਹੀ ਨਿਰਧਾਰਤ ਕਰਦਾ ਹੈ ਕਿ ਤੁਸੀਂ ਆਪਣੀ ਜ਼ਿੰਦਗੀ ਕਿਵੇਂ ਜੀਓਗੇ।

- **"ਜੇ ਤੁਸੀਂ ਨਾਖ਼ੁਸ਼ ਲੋਕਾਂ ਤੋਂ ਸਲਾਹ ਲਵੋਗੇ, ਤਾਂ ਤੁਸੀਂ ਵੀ ਨਾਖ਼ੁਸ਼ ਹੋ ਜਾਵੋਗੇ।"**
- **"ਜੇ ਤੁਸੀਂ ਬਿਮਾਰ ਲੋਕਾਂ ਤੋਂ ਸਲਾਹ ਲਵੋਗੇ, ਤਾਂ ਤੁਸੀਂ ਵੀ ਬਿਮਾਰ ਹੋ ਜਾਵੋਗੇ।**
- **ਜੇ ਤੁਸੀਂ ਗੁੱਸੇ ਵਾਲਿਆਂ ਤੋਂ ਸਲਾਹ ਲਵੋਗੇ, ਤਾਂ ਤੁਸੀਂ ਵੀ ਗੁੱਸਾ ਕਰਨ ਲੱਗੋਗੇ।"**

> "ਜੇ ਕਿਸੇ ਕੋਲ ਉਹ ਨਹੀਂ ਜੋ ਤੁਸੀਂ ਚਾਹੁੰਦੇ ਹੋ, ਤਾਂ ਉਸਦੀ ਗੱਲ ਨਾ ਸੁਣੋ।"
>
> *– ਐਲੇਕਸ ਹਾਰਮੋਜ਼ੀ*

Diderot ਪ੍ਰਭਾਵ

ਲਗਭਗ 250 ਸਾਲ ਪਹਿਲਾਂ, ਫਰਾਂਸੀਸੀ ਦਾਰਸ਼ਨਿਕ ਡੇਨਿਸ ਡਿਡੇਰੋਟ ਕਾਫ਼ੀ ਮਸ਼ਹੂਰ ਸੀ, ਪਰ ਉਹ ਗਰੀਬ ਸੀ। ਉਸਦੀ ਧੀ ਦਾ ਵਿਆਹ ਹੋਣਾ ਸੀ, ਪਰ ਦਾਜ ਲਈ ਪੈਸੇ ਨਹੀਂ ਸਨ। ਜਦੋਂ ਰੂਸ ਦੀ ਮਹਾਰਾਣੀ ਕੈਥਰੀਨ ਮਹਾਨ ਨੂੰ ਇਹ ਗੱਲ ਪਤਾ ਲੱਗੀ, ਤਾਂ ਉਸਨੇ ਡਿਡੇਰੋਟ ਦੀ ਲਾਇਬ੍ਰੇਰੀ ਖ਼ਰੀਦ ਲਈ। ਇਸ ਨਾਲ ਡਿਡੇਰੋਟ ਕੋਲ ਕਾਫ਼ੀ ਪੈਸਾ ਆ ਗਿਆ ।ਉਸਨੇ ਆਪਣਾ ਪੁਰਾਣਾ ਚੋਗਾ ਬਦਲ ਕੇ ਨਵਾਂ ਲਾਲ ਚੋਗਾ ਖ਼ਰੀਦਿਆ। ਚੋਗਾ ਤਾਂ ਸੋਹਣਾ ਸੀ, ਪਰ ਫਿਰ ਉਸਨੂੰ ਲੱਗਿਆ ਕਿ ਉਸਦੀਆਂ ਹੋਰ ਚੀਜ਼ਾਂ ਸੋਹਣੀਆਂ ਨਹੀਂ ਲੱਗਦੀਆਂ। ਜੁੱਤੇ ਚੋਗੇ ਨਾਲ ਮੇਲ ਨਹੀਂ ਖਾਂਦੇ ਸਨ, ਇਸ ਲਈ ਉਸਨੇ ਨਵੇਂ ਚਮੜੇ ਦੇ ਜੁੱਤੇ ਖ਼ਰੀਦੇ। ਫਿਰ ਲਿਖਣ ਲਈ ਲੱਕੜ ਦਾ ਮੇਜ਼, ਸੁਨਹਿਰੀ ਘੜੀ ਅਤੇ ਕਈ ਕਲਾਕ੍ਰਿਤੀਆਂ ਵੀ ਖਰੀਦ ਲਈਆਂ। ਹੌਲੀ-ਹੌਲੀ, ਉਹ ਕਰਜ਼ੇ ਵਿੱਚ ਫਸ ਗਿਆ। ਇਸ ਤਰ੍ਹਾਂ ਦੇ ਵਿਹਾਰ ਨੂੰ ਅੱਜ **ਡਿਡੇਰੋਟ ਪ੍ਰਭਾਵ** ਕਿਹਾ ਜਾਂਦਾ ਹੈ।

ਇਹੋ ਜਿਹਾ ਨਿਯਮ ਤੁਹਾਡੀਆਂ ਆਦਤਾਂ 'ਤੇ ਵੀ ਲਾਗੂ ਹੁੰਦਾ ਹੈ।

ਡਿਡੇਰੋਟ ਪ੍ਰਭਾਵ ਸਿਰਫ਼ ਚੀਜ਼ਾਂ ਇਕੱਠੀਆਂ ਕਰਨ ਨਾਲ ਨਹੀਂ, ਬੁਰੀਆਂ ਆਦਤਾਂ ਪਾਉਣ ਨਾਲ ਵੀ ਜੁੜਿਆ ਹੋਇਆ ਹੈ। ਜਿਵੇਂ ਇੱਕ ਨਵੀਂ ਚੀਜ਼ ਖਰੀਦਣ ਨਾਲ ਹੋਰ ਖ਼ਰਚੇ ਵਧ ਸਕਦੇ ਹਨ, ਉਸੇ ਤਰ੍ਹਾਂ ਇੱਕ ਨਵੀਂ ਬੁਰੀ ਆਦਤ ਵੀ ਹੋਰ ਮਾੜੇ ਕੰਮਾਂ ਨੂੰ ਜਨਮ ਦੇ ਸਕਦੀ ਹੈ।

ਉਦਾਹਰਨ ਲਈ, ਜੇ ਤੁਸੀਂ ਸਿਗਰਟ ਪੀਣੀ ਸ਼ੁਰੂ ਕਰਦੇ ਹੋ, ਤਾਂ ਇਹ ਅੱਗੇ ਹੋਰ ਮਾੜੀਆਂ ਆਦਤਾਂ ਪਾ ਸਕਦੀ ਹੈ, ਜਿਵੇਂ ਕਿ ਜ਼ਿਆਦਾ ਸ਼ਰਾਬ ਪੀਣਾ ਜਾਂ ਗ਼ੈਰ-ਸਿਹਤਮੰਦ ਖਾਣ-ਪੀਣ। ਇਸ ਤਰ੍ਹਾਂ, ਇੱਕ ਮਾੜੀ ਆਦਤ ਹੋਰ ਮਾੜੀਆਂ ਆਦਤਾਂ ਨੂੰ ਜਨਮ ਦੇ ਸਕਦੀ ਹੈ ਅਤੇ ਨਕਾਰਾਤਮਕ ਵਿਵਹਾਰਾਂ ਦਾ ਇੱਕ ਚੱਕਰ ਬਣ ਜਾਂਦਾ ਹੈ।

ਇਸੇ ਤਰ੍ਹਾਂ, ਜਿਵੇਂ ਡਿਡੇਰੋਟ ਪ੍ਰਭਾਵ ਵਿੱਚ ਕਿਸੇ ਨੂੰ ਨਵੀਂ ਚੀਜ਼ ਮਿਲਣ ਨਾਲ ਹੋਰ ਚੀਜ਼ਾਂ ਦੀ ਇੱਛਾ ਪੈਦਾ ਹੁੰਦੀ ਹੈ, ਇੱਕ ਬੁਰੀ ਆਦਤ ਵੀ ਤੁਹਾਡੇ ਆਪਣੇ ਫ਼ੈਸਲਿਆਂ ਨੂੰ ਪ੍ਰਭਾਵਿਤ ਕਰ ਸਕਦੀ ਹੈ। ਇਸ ਨਾਲ ਤੁਹਾਨੂੰ ਹੋਰ ਨੁਕਸਾਨਦਾਇਕ ਵਿਵਹਾਰ ਕਰਨ ਦੀ ਇੱਛਾ ਪੈਦਾ ਹੋ ਸਕਦੀ ਹੈ।

ਸਰਲ ਸ਼ਬਦਾਂ ਵਿੱਚ, ਡਿਡੇਰੋਟ ਪ੍ਰਭਾਵ ਇਹ ਦਿਖਾਉਂਦਾ ਹੈ ਕਿ ਇੱਕ ਨਕਾਰਾਤਮਕ ਆਦਤ ਹੋਰ ਮਾੜੀਆਂ ਆਦਤਾਂ ਨੂੰ ਜਨਮ ਦੇ ਸਕਦੀ ਹੈ ਅਤੇ ਸਮੇਂ ਨਾਲ ਇਹ ਇਕੱਠੀਆਂ ਹੋ ਕੇ ਨਕਾਰਾਤਮਕ ਵਿਵਹਾਰ ਦਾ ਚੱਕਰ ਬਣ ਜਾਂਦਾ ਹੈ।

ਤੁਹਾਡਾ ਅਰਾਮ ਖੇਤਰ
ਤੁਹਾਡਾ ਦੁਸ਼ਮਣ ਹੈ

"ਅਰਾਮਦਾਇਕ ਜਗ੍ਹਾ ਸੋਹਣੀ ਹੋ ਸਕਦੀ ਹੈ, ਪਰ ਉੱਥੇ ਕੁਝ ਵਧਦਾ-ਫੁੱਲਦਾ ਨਹੀਂ।"

- ਅਣਜਾਣ

ਲੋਕ ਆਲਸੀ ਹੋ ਜਾਂਦੇ ਹਨ ਅਤੇ ਸਭ ਕੁਝ ਕੱਲ੍ਹ ਤੱਕ ਟਾਲਦੇ ਹਨ, ਇਸਦਾ ਵੱਡਾ ਕਾਰਨ ਇਹ ਹੈ ਕਿ ਉਹ ਆਪਣੀ ਜ਼ਿੰਦਗੀ ਵਿੱਚ ਬਹੁਤ ਅਰਾਮਦਾਇਕ ਹੋ ਜਾਂਦੇ ਹਨ। ਕਈ ਵਾਰੀ ਤੁਸੀਂ ਚੀਜ਼ਾਂ ਬਦਲਣ ਤੋਂ ਬਚਦੇ ਹੋ ਕਿਉਂਕਿ ਇਹ ਜ਼ਿਆਦਾ ਮਿਹਨਤ ਵਾਲਾ ਕੰਮ ਹੈ। ਇਹ ਅਸਾਨ ਹੈ, ਪਰ ਇਹ ਤੁਹਾਨੂੰ ਉਸ ਤਰ੍ਹਾਂ ਦੇ ਵਿਕਾਸ ਤੱਕ ਨਹੀਂ ਲੈ ਜਾਂਦਾ ਜੋ ਤੁਸੀਂ ਚਾਹੁੰਦੇ ਹੋ।

ਵਿਕਾਸ ਦੇ ਲਈ ਤੁਹਾਨੂੰ ਆਪਣੇ ਅਰਾਮ ਖੇਤਰ ਤੋਂ ਬਾਹਰ ਨਿਕਲਣਾ ਪੈਂਦਾ ਹੈ ਅਤੇ ਔਖੇ ਕੰਮ ਕਰਨੇ ਪੈਂਦੇ ਹਨ। ਆਪਣਾ ਸਾਰਾ ਸਮਾਂ ਫਿਲਮਾਂ ਦੇਖਣ ਜਾਂ ਸੋਸ਼ਲ ਮੀਡੀਆ ਸਕ੍ਰੋਲ ਕਰਨ ਵਿੱਚ ਬਿਤਾਉਣਾ ਅਸਾਨ ਹੈ, ਪਰ ਇਹ ਅਰਥਪੂਰਣ ਨਹੀਂ ਹੈ। ਤੁਹਾਡਾ ਦਿਮਾਗ ਅਤੇ ਸਰੀਰ ਜਾਣਦਾ ਹੈ ਕਿ ਤੁਸੀਂ ਸਮਾਂ ਬਰਬਾਦ ਕਰ ਰਹੇ ਹੋ। ਇਸ ਕਰਕੇ, ਬਿਨਾਂ ਕਿਸੇ ਅਰਥਪੂਰਨ ਕੰਮ ਵਿੱਚ ਲੱਗੇ ਰਹਿਣ ਤੋਂ ਬਾਅਦ, ਤੁਸੀਂ ਬੁਰਾ ਮਹਿਸੂਸ ਕਰਦੇ ਹੋ। ਜੋ ਸੁਸਤੀ ਤੁਹਾਨੂੰ ਹੁੰਦੀ ਹੈ, ਉਹ ਤੁਹਾਨੂੰ ਉੱਠ ਕੇ ਸਰਗਰਮੀ ਨਾਲ ਰੋਜ਼ਾਨਾ ਜੀਵਨ ਦੇ ਕੰਮ ਕਰਨ ਤੋਂ ਰੋਕਦੀ ਹੈ। ਜਦੋਂ ਅਜਿਹਾ ਹੁੰਦਾ ਹੈ, ਤਾਂ ਕੁਝ ਵੀ ਆਪਣੇ ਆਪ ਨਹੀਂ ਬਦਲਦਾ। ਤੁਹਾਨੂੰ ਆਪਣੇ ਅਰਾਮ ਖੇਤਰ ਨੂੰ ਛੱਡ ਕੇ ਕੰਮ ਸ਼ੁਰੂ ਕਰਨ ਦੀ ਲੋੜ ਹੈ। ਇੱਕ ਵਾਰ ਤੁਸੀਂ ਇਹ ਕਰ ਲੈਂਦੇ ਹੋ, ਤਾਂ ਕੋਈ ਨਹੀਂ ਚਾਹੁੰਦਾ ਕਿ ਉਹ ਫਿਰ ਉੱਥੇ ਹੀ ਰਹੇ।

ਇਸਨੂੰ ਸਧਾਰਨ ਰੱਖੋ!

ਜਦੋਂ ਤੁਸੀਂ ਕੁਝ ਨਵਾਂ ਕਰਨ ਦੀ ਕੋਸ਼ਿਸ਼ ਕਰ ਰਹੇ ਹੋ, ਤਾਂ ਇਸਨੂੰ ਸੰਭਵ ਤੌਰ ਤੇ ਸਰਲ ਰੱਖੋ। ਬਹੁਤ ਕੁਝ ਇਕੱਠਾ ਕਰਨ ਦੀ ਕੋਸ਼ਿਸ਼ ਕਰਨ ਨਾਲ ਬੂਮਰੈਂਗ ਪ੍ਰਭਾਵ ਪੈ ਸਕਦਾ ਹੈ,

ਜੋ ਤੁਹਾਨੂੰ ਫਿਰ ਪਿੱਛੇ ਲੈ ਆਉਂਦਾ ਹੈ। ਚੀਜ਼ਾਂ ਨੂੰ ਜਿੰਨਾ ਸਧਾਰਨ ਰੱਖੋਗੇ, ਓਨਾ ਹੀ ਵਧੀਆ। ਗ਼ਲਤ ਹੋ ਸਕਣ ਵਾਲੀਆਂ ਚੀਜ਼ਾਂ ਬਾਰੇ ਜ਼ਿਆਦਾ ਸੋਚਣਾ ਵੀ ਉਲਟਾ ਪ੍ਰਭਾਵ ਪਾ ਸਕਦਾ ਹੈ, ਜਿਸ ਨਾਲ ਤੁਸੀਂ ਸ਼ੁਰੂ ਕਰਨ ਤੋਂ ਹੀ ਹਿਚਕਿਚਾਓਗੇ। ਜ਼ਿਆਦਾ ਵਾਰ, ਚੀਜ਼ਾਂ ਉਹਨੀਆਂ ਗ਼ਲਤ ਨਹੀਂ ਹੁੰਦੀਆਂ ਜਿੰਨੀਆਂ ਤੁਸੀਂ ਸੋਚਦੇ ਹੋ, ਪਰ ਤੁਸੀਂ ਇਹ ਨਹੀਂ ਜਾਣੋਗੇ ਜਦ ਤੱਕ ਤੁਸੀਂ ਅਜ਼ਮਾਉਂਦੇ ਨਹੀਂ। ਇਸ ਲਈ, ਜਿੰਨੀ ਜਲਦੀ ਹੋ ਸਕੇ ਸ਼ੁਰੂ ਕਰੋ। ਅਸਲ ਵਿੱਚ, ਲੋੜ ਹੈ ਕੰਮ ਕਰਨ ਦੀ ਇੱਛਾ ਦੀ, ਨਤੀਜੇ ਪ੍ਰਾਪਤ ਕਰਨ ਦੀ ਨਹੀਂ। ਉਦਾਹਰਨ ਵਜੋਂ, ਜੇ ਤੁਸੀਂ ਇੱਕ ਵੈੱਬਸਾਈਟ ਬਣਾਉਣਾ ਸਿੱਖਣਾ ਚਾਹੁੰਦੇ ਹੋ, ਤਾਂ ਤੁਸੀਂ ਹੁਣੇ ਸ਼ੁਰੂ ਕਰ ਸਕਦੇ ਹੋ, ਜਾਂ ਇਸਨੂੰ ਟਾਲ ਸਕਦੇ ਹੋ।

ਜੇਕਰ ਤੁਹਾਡੀ ਪਹਿਲੀ ਯੋਜਨਾ ਤੁਹਾਡੇ ਅਨੁਮਾਨ ਅਨੁਸਾਰ ਨਹੀਂ ਚੱਲਦੀ, ਤਾਂ ਕੋਈ ਗੱਲ ਨਹੀਂ। ਬਸ ਥੋੜ੍ਹੇ ਖੁੱਲ੍ਹੇ ਰਹੋ ਅਤੇ ਜ਼ਰੂਰਤ ਪਏ ਤਾਂ ਯੋਜਨਾ ਬਦਲ ਲਵੋ। ਜਿੰਨੀ ਜਲਦੀ ਹੋ ਸਕੇ ਆਪਣਾ ਕੰਮ ਸ਼ੁਰੂ ਕਰੋ। ਤੇਜ਼ੀ ਮਹੱਤਵਪੂਰਨ ਹੈ ਕਿਉਂਕਿ ਸਮਾਂ ਘੱਟ ਹੈ। ਚੀਜ਼ਾਂ ਨੂੰ ਸਧਾਰਨ ਰੱਖੋ ਅਤੇ ਤੇਜ਼ੀ ਨਾਲ ਉਨ੍ਹਾਂ 'ਤੇ ਕੰਮ ਕਰੋ।

> **"ਜ਼ਿਆਦਾਤਰ ਫ਼ੈਸਲੇ ਲਗਭਗ 70% ਜਾਣਕਾਰੀ ਮਿਲਣ 'ਤੇ ਲਏ ਜਾਣੇ ਚਾਹੀਦੇ ਹਨ। ਜੇ ਤੁਸੀਂ 90% ਜਾਣਕਾਰੀ ਦਾ ਇੰਤਜ਼ਾਰ ਕਰੋਗੇ, ਤਾਂ ਅਕਸਰ ਬਹੁਤ ਦੇਰ ਹੋ ਜਾਵੇਗੀ।"**
>
> **– ਜੈਫ ਬੇਜੋਸ**

ਥੋੜ੍ਹਾ ਵੱਖਰਾ ਸੋਚਣਾ ਸ਼ੁਰੂ ਕਰੋ!

> *"ਜੇ ਸਭ ਇੱਕੋ ਜਿਹਾ ਸੋਚ ਰਹੇ ਹਨ, ਤਾਂ ਕੋਈ ਵੀ ਅਸਲ ਵਿੱਚ ਸੋਚ ਨਹੀਂ ਰਿਹਾ।"*
>
> *– ਜਾਰਜ ਐਸ. ਪੈਟਨ*

ਤੁਹਾਨੂੰ ਹਰ ਕਿਸੇ ਵਾਂਗ ਸੋਚਣ ਜਾਂ ਉਹਨਾ ਦੀਆਂ ਆਦਤਾਂ ਮੰਨਣ ਦੀ ਲੋੜ ਨਹੀਂ। ਤੁਸੀਂ ਆਪਣੇ ਲਈ ਫ਼ੈਸਲੇ ਕਰ ਸਕਦੇ ਹੋ। ਤੁਸੀਂ ਕਿਸੇ ਹੋਰ ਵਰਗੇ ਨਹੀਂ ਹੋ ਸਕਦੇ, ਅਤੇ ਇਹੀ ਤੁਹਾਨੂੰ ਅਲੱਗ ਬਣਾਉਂਦਾ ਹੈ।

ਅਸਲ ਵਿੱਚ, ਜੇ ਤੁਸੀਂ ਹੋਰਾਂ ਤੋਂ ਵੱਖਰਾ ਸੋਚਦੇ ਅਤੇ ਕੰਮ ਕਰਦੇ ਹੋ, ਤਾਂ ਤੁਹਾਨੂੰ ਵੱਖਰੇ ਨਤੀਜੇ ਮਿਲਣਗੇ। ਜੇ ਤੁਸੀਂ ਉਹੀ ਕਰੋ ਜੋ ਸਭ ਕਰ ਰਹੇ ਹਨ, ਤਾਂ ਨਤੀਜੇ ਵੀ ਉਹੀ ਮਿਲਣਗੇ। ਜੇ ਤੁਸੀਂ ਉਹੀ ਕੰਮ ਕਰ ਰਹੇ ਹੋ ਜੋ ਤੁਸੀਂ ਪਹਿਲਾਂ ਕਰਦੇ ਆਏ ਹੋ, ਤਾਂ ਵੱਖਰੇ ਨਤੀਜੇ ਦੀ ਉਮੀਦ ਨਾ ਰੱਖੋ। ਅੰਤ ਵਿੱਚ ਨਤੀਜਾ ਉਹੀ ਹੋਵੇਗਾ।

ਉਦਾਹਰਨ ਵਜੋਂ, ਜੇ ਤੁਸੀਂ ਸਾਰਾ ਦਿਨ ਸੋਫ਼ੇ 'ਤੇ ਬੈਠ ਕੇ ਆਪਣੀ ਕਿਸਮਤ ਬਾਰੇ ਸ਼ਿਕਾਇਤ ਕਰਦੇ ਹੋ, ਤਾਂ ਨਤੀਜਾ ਤੁਹਾਨੂੰ ਪਤਾ ਹੀ ਹੈ, ਸਹੀ ਹੈ?

ਪਾਰਕਿਨਸਨ ਦਾ ਨਿਯਮ

ਇਹ ਨਿਯਮ ਲੇਖਕ ਅਤੇ ਇਤਿਹਾਸਕਾਰ ਸਿਰਿਲ ਨੌਰਥਕੋਟ ਪਾਰਕਿਨਸਨ ਨੇ ਪੇਸ਼ ਕੀਤਾ ਸੀ। ਸਿਧਾਂਤ ਇਹ ਕਹਿੰਦਾ ਹੈ ਕਿ ਕੰਮ ਪੂਰਾ ਕਰਨ ਲਈ ਦਿੱਤਾ ਗਿਆ ਸਮਾਂ ਆਪਣੇ ਆਪ ਵਧ ਜਾਂਦਾ ਹੈ।

ਉਦਾਹਰਨ ਵਜੋਂ, ਜੇ ਤੁਸੀਂ ਕਿਸੇ ਕੰਮ ਲਈ 2 ਘੰਟੇ ਦਿੰਦੇ ਹੋ, ਤਾਂ ਕੰਮ 2 ਘੰਟੇ ਲਵੇਗਾ। ਪਰ ਜੇ ਸਿਰਫ਼ 1 ਘੰਟਾ ਹੈ, ਤਾਂ ਤੁਸੀਂ ਉਸੇ 1 ਘੰਟੇ ਵਿੱਚ ਕੰਮ ਪੂਰਾ ਕਰਨ ਦਾ ਤਰੀਕਾ ਲੱਭ ਲਓਗੇ। ਜੇ ਤੁਸੀਂ ਪ੍ਰੋਜੈਕਟ ਸ਼ੁਰੂ ਨਹੀਂ ਕਰ ਸਕਦੇ ਜਾਂ ਇਹ ਪੂਰਾ ਕਰਨ ਵਿੱਚ ਬਹੁਤ ਸਮਾਂ ਲੱਗਦਾ ਹੈ, ਤਾਂ ਪਾਰਕਿਨਸਨ ਦਾ ਨਿਯਮ ਸਮਝਣਾ ਟਾਲ-ਮਟੋਲ ਨੂੰ ਘਟਾਉਣ ਵਿੱਚ ਮਦਦ ਕਰ ਸਕਦਾ ਹੈ। ਛੋਟੀਆਂ ਸਮਾਂ-ਸੀਮਾਵਾਂ ਨਿਰਧਾਰਤ ਕਰਨ ਨਾਲ ਜ਼ਰੂਰਤ ਬਣਦੀ ਹੈ ਅਤੇ ਕਾਰਵਾਈ ਲਈ ਪ੍ਰੇਰਣਾ ਮਿਲਦੀ ਹੈ। ਘੱਟ ਸਮੇਂ ਦੇ ਨਾਲ, ਤੁਸੀਂ ਵਧੇਰੇ ਕੇਂਦ੍ਰਿਤ ਹੋ ਜਾਂਦੇ ਹੋ, ਕੰਮ ਨੂੰ ਛੋਟੇ ਹਿੱਸਿਆਂ ਵਿੱਚ ਵੰਡ ਸਕਦੇ ਹੋ ਅਤੇ ਮਹੱਤਵਪੂਰਨ ਕੰਮਾਂ ਨੂੰ ਪਹਿਲਾਂ ਕਰਦੇ ਹੋ। ਜਦੋਂ ਤੁਸੀਂ ਸਮਝ ਲੈਂਦੇ ਹੋ ਕਿ ਕੰਮ ਨਿਰਧਾਰਤ ਸਮੇਂ ਵਿੱਚ ਵਧ ਜਾਂਦਾ ਹੈ, ਤਾਂ ਤੁਸੀਂ ਟਾਲ-ਮਟੋਲ ਘਟਾ ਸਕਦੇ ਹੋ ਅਤੇ ਇਹ ਯਕੀਨੀ ਬਣਾ ਸਕਦੇ ਹੋ ਕਿ ਮਹੱਤਵਪੂਰਨ ਕੰਮ ਸਮੇਂ ਅੰਦਰ ਪੂਰਾ ਹੋ ਜਾਵੇ।

ਸਪਸ਼ਟ ਟੀਚੇ ਸੈੱਟ ਕਰੋ

ਇਹ ਜ਼ਰੂਰੀ ਹੈ ਕਿ ਤੁਸੀਂ ਸਪੱਸ਼ਟ ਟੀਚੇ ਰੱਖੋ ਜੋ ਸੰਭਵ ਹੋਣ ਅਤੇ ਜਲਦੀ ਪ੍ਰਾਪਤ ਕੀਤੇ ਜਾ ਸਕਣ। ਵੱਡੇ ਟੀਚੇ ਰੱਖਣਾ ਗ਼ਲਤ ਨਹੀਂ ਹੈ, ਪਰ ਜੇ ਤੁਸੀਂ ਆਲਸੀ ਹੋ, ਤਾਂ ਇਹ ਟੀਚੇ ਡਰਾਉਣੇ ਅਤੇ ਔਖੇ ਲੱਗਦੇ ਹਨ, ਜਿਸ ਕਰਕੇ ਤੁਸੀਂ ਉਨ੍ਹਾਂ ਲਈ ਕੰਮ ਨਹੀਂ ਕਰੋਗੇ।

ਇਸ ਲਈ ਸ਼ੁਰੂਆਤ ਵਿੱਚ, ਛੋਟੇ ਅਤੇ ਅਸਾਨ ਟੀਚੇ ਰੱਖੋ ਜੋ ਤੁਸੀਂ ਅਸਾਨੀ ਨਾਲ ਪ੍ਰਾਪਤ ਕਰ ਸਕੋ।

ਟੀਚੇ ਵੀ ਸਪੱਸ਼ਟ ਹੋਣੇ ਚਾਹੀਦੇ ਹਨ। ਉਦਾਹਰਣ ਵਜੋਂ, ਇੱਕ ਸਪੱਸ਼ਟ ਟੀਚਾ ਹੈ: "1 ਮਹੀਨੇ ਵਿੱਚ 2 ਕਿਲੋਗ੍ਰਾਮ ਭਾਰ ਘਟਾਉਣਾ।" ਇੱਕ ਅਸਪੱਸ਼ਟ ਟੀਚਾ ਸਿਰਫ਼ "ਭਾਰ ਘਟਾਉਣਾ" ਹੈ।

ਜੇ ਟੀਚਾ ਮਾਪਿਆ ਨਹੀਂ ਜਾ ਸਕਦਾ ਜਾਂ ਇਸਦਾ ਸਮਾਂ ਨਹੀਂ ਹੈ, ਤਾਂ ਇਹ ਟੀਚਾ ਨਹੀਂ ਹੈ। ਇਹ ਉਸ ਚਮਤਕਾਰ ਦੀ ਉਡੀਕ ਕਰਨ ਵਰਗਾ ਹੈ ਜੋ ਆਪਣੇ-ਆਪ ਹੋ ਜਾਵੇ।

ਆਪਣੇ ਟੀਚਿਆਂ ਨੂੰ ਲਿਖੋ

ਆਪਣੇ ਟੀਚਿਆਂ ਨੂੰ ਕਾਗਜ਼ 'ਤੇ ਲਿਖਣਾ ਬਹੁਤ ਚੰਗਾ ਹੈ। ਜੇ ਤੁਸੀਂ ਅਜੇ ਤੱਕ ਇਹ ਨਹੀਂ ਕਰਦੇ, ਤਾਂ ਹੁਣੇ ਸ਼ੁਰੂ ਕਰੋ। ਜਦੋਂ ਤੁਸੀਂ ਆਪਣੇ ਟੀਚੇ ਲਿਖ ਲੈਂਦੇ ਹੋ ਅਤੇ ਨਿਯਮਤ ਪੜ੍ਹਦੇ ਰਹਿੰਦੇ ਹੋ, ਤਾਂ ਇਹ ਤੁਹਾਨੂੰ ਪ੍ਰੇਰਿਤ ਕਰਦਾ ਹੈ। ਜੇਕਰ ਤੁਸੀਂ ਉਹ ਨਹੀਂ ਕਰਦੇ ਜੋ ਲਿਖਿਆ ਹੈ, ਤਾਂ ਤੁਸੀਂ ਕੁਝ ਦੋਸ਼ਭਾਵਨਾ ਮਹਿਸੂਸ ਕਰ ਸਕਦੇ ਹੋ। ਇਸ ਲਈ ਇਹ ਆਦਤ ਬਹੁਤ ਲਾਭਦਾਇਕ ਹੈ। ਭਾਵੇਂ ਤੁਸੀਂ ਆਪਣੇ ਟੀਚਿਆਂ ਦਾ ਅੱਧਾ ਹਿੱਸਾ ਹੀ ਪੂਰਾ ਕਰੋ, ਇਹ ਫਿਰ ਵੀ ਕੁਝ ਵੀ ਨਾ ਕਰਨ ਨਾਲੋਂ ਬਿਹਤਰ ਹੈ।

ਚੀਜ਼ਾਂ ਨੂੰ ਜ਼ਿਆਦਾ ਮੁਸ਼ਕਿਲ ਨਾ ਬਣਾਓ

ਮੈਂ ਉਹਨਾਂ ਸਾਰੀਆਂ ਐਪਜ਼ ਦਾ ਵੱਡਾ ਪ੍ਰਸ਼ੰਸਕ ਨਹੀਂ ਹਾਂ ਜੋ ਲੋਕ ਆਪਣੀ ਉਤਪਾਦਕਤਾ ਨੂੰ ਮਾਪਣ ਲਈ ਵਰਤਦੇ ਹਨ। ਕਈ ਲੋਕਾਂ ਲਈ ਇਹ ਮਦਦਗਾਰ ਹੋ ਸਕਦੀਆਂ ਹਨ, ਪਰ ਆਪਣੇ ਟੀਚਿਆਂ 'ਤੇ ਧਿਆਨ ਕੇਂਦਰਿਤ ਕਰਨ ਲਈ ਤੁਹਾਨੂੰ ਕਿਸੇ ਐਪ ਦੀ ਲੋੜ ਨਹੀਂ। ਤੁਹਾਨੂੰ ਸਿਰਫ਼ ਦੋ ਚੀਜ਼ਾਂ ਦੀ ਲੋੜ ਹੈ: ਇੱਕ ਕਲਮ ਅਤੇ ਕਾਗਜ਼। ਬੱਸ ਇੰਨਾ ਹੀ। ਸਧਾਰਨ ਚੀਜ਼ਾਂ ਨੂੰ ਜ਼ਿਆਦਾ ਗੁੰਝਲਦਾਰ ਬਣਾਉਣ ਦੀ ਲੋੜ ਨਹੀਂ। ਐਪ 'ਤੇ ਸਮਾਂ ਬਰਬਾਦ ਕਰਨਾ ਅਕਸਰ ਫ਼ਾਇਦੇਮੰਦ ਨਹੀਂ, ਅਤੇ ਪੁਰਾਣਾ ਲਿਖਤ ਵਾਲਾ ਸਿਸਟਮ ਸਭ ਤੋਂ ਪ੍ਰਭਾਵਸ਼ਾਲੀ ਹੈ। ਤੁਸੀਂ ਸਿਰਫ਼ ਹੇਠ ਲਿਖਿਆ ਕੰਮ ਕਰਨਾ ਹੈ:

- **ਤੁਸੀਂ ਕੀ ਪ੍ਰਾਪਤ ਕਰਨਾ ਚਾਹੁੰਦੇ ਹੋ**
- **ਤੁਸੀਂ ਇਹ ਕਿਵੇਂ ਪ੍ਰਾਪਤ ਕਰ ਸਕਦੇ ਹੋ**

- **ਇਸ ਲਈ ਤੁਹਾਡੀ ਨਿਰਧਾਰਤ ਕੀਤੀ ਸਮਾਂ-ਸੀਮਾ ਕੀ ਹੈ**
- **ਤੁਸੀਂ ਆਪਣੀ ਤਰੱਕੀ ਕਿਵੇਂ ਦੇਖੋਗੇ**
- **ਤੁਹਾਡਾ ਟੀਚਾ ਕਿੰਨਾ ਸੱਚਾ ਹੈ**

ਲੰਬੇ ਸਮੇਂ ਲਈ ਸੋਚੋ

ਜ਼ਿੰਦਗੀ ਵਿੱਚ ਦੋ ਤਰੀਕੇ ਹਨ। ਤੁਸੀਂ ਲੰਬੇ ਸਮੇਂ ਲਈ ਸੋਚ ਸਕਦੇ ਹੋ ਅਤੇ ਉਹ ਕੰਮ ਕਰੋ ਜੋ ਭਵਿੱਖ ਵਿੱਚ ਤੁਹਾਡੇ ਲਈ ਫ਼ਾਇਦੇਮੰਦ ਹੋਣਗੇ, ਜਾਂ ਤੁਸੀਂ ਹੁਣ ਦੇ ਛੋਟੇ ਸੁੱਖਾਂ ਲਈ ਕੰਮ ਕਰੋ ਅਤੇ ਭਵਿੱਖ ਨੂੰ ਨਜ਼ਰਅੰਦਾਜ਼ ਕਰੋ।

ਯਾਦ ਰੱਖੋ, ਜੋ ਵੀ ਤੁਸੀਂ ਹੁਣ ਕਰਦੇ ਹੋ, ਉਹ ਭਵਿੱਖ ਵਿਚ ਤੁਹਾਡੇ ਜੀਵਨ ਨੂੰ ਪ੍ਰਭਾਵਿਤ ਕਰੇਗਾ। ਆਲਸ ਹੋਣਾ ਤੁਰੰਤ ਚੰਗਾ ਮਹਿਸੂਸ ਕਰਵਾਉਂਦਾ ਹੈ ਕਿਉਂਕਿ ਡੋਪਾਮਾਈਨ ਹਿੱਟ ਕਰ ਰਿਹਾ ਹੁੰਦਾ ਹੈ। ਨਵੀਂ ਚੀਜ਼ਾਂ ਕਰਨਾ ਔਖਾ ਹੁੰਦਾ ਹੈ ਅਤੇ ਇਸ ਦਾ ਤੁਰੰਤ ਇਨਾਮ ਨਹੀਂ ਮਿਲਦਾ, ਪਰ ਸਾਲਾਂ ਬਾਅਦ ਤੁਹਾਨੂੰ ਪਤਾ ਚੱਲੇਗਾ ਕਿ ਤੁਸੀਂ ਉਹ ਕੰਮ ਨਹੀਂ ਕੀਤੇ ਜੋ ਤੁਹਾਨੂੰ ਕਰਨੇ ਚਾਹੀਦੇ ਸਨ, ਅਤੇ ਇਸਦਾ ਹਮੇਸ਼ਾ ਪਛਤਾਵਾ ਰਹੇਗਾ।

ਅਸੀਂ ਇੱਕ ਅਜਿਹੇ ਸਮਾਜ ਵਿੱਚ ਰਹਿੰਦੇ ਹਾਂ ਜਿੱਥੇ ਹਰ ਕੋਈ ਤੁਰੰਤ ਨਤੀਜੇ ਅਤੇ ਸੁਖ ਚਾਹੁੰਦਾ ਹੈ। ਹਾਲਾਂਕਿ ਇਹ ਕੁਝ ਸਮੇਂ ਲਈ ਠੀਕ ਹੈ, ਪਰ ਅਸਲ ਵਿੱਚ ਕਿਸੇ ਵੀ ਮੁੱਲਵਾਨ ਚੀਜ਼ ਨੂੰ ਪ੍ਰਾਪਤ ਕਰਨ ਲਈ ਸਮਾਂ ਅਤੇ ਮਿਹਨਤ ਲੱਗਦੀ ਹੈ। ਇਸ ਦੌਰਾਨ ਤਣਾਅ ਅਤੇ ਕੁਝ ਕੁਰਬਾਨੀਆਂ ਵੀ ਹੋ ਸਕਦੀਆਂ ਹਨ। ਪਰ ਜੇ ਤੁਸੀਂ ਆਪਣੇ ਭਵਿੱਖ ਦੇ ਟੀਚੇ ਹਾਸਲ ਕਰਨਾ ਚਾਹੁੰਦੇ ਹੋ, ਤਾਂ ਇਹ ਸਾਰੇ ਯਤਨ ਮੁੱਲਵਾਨ ਹਨ।

ਮੈਂ ਇਹ ਨਹੀਂ ਕਹਿ ਰਿਹਾ ਕਿ ਵਰਤਮਾਨ ਦੀਆਂ ਮਜ਼ੇਦਾਰ ਚੀਜ਼ਾਂ ਨਾ ਕਰੋ, ਪਰ ਕਈ ਵਾਰੀ, ਇਕ ਚੰਗੇ ਭਵਿੱਖ ਲਈ ਛੋਟੀਆਂ ਕੁਰਬਾਨੀਆਂ ਦੇਣੀਆਂ ਪੈਂਦੀਆਂ ਹਨ।

ਜੋਖ਼ਮ ਲਓ

ਜੋਖ਼ਮ ਲੈਣ ਤੋਂ ਡਰੋ ਨਹੀਂ। ਜੇ ਤੁਸੀਂ ਆਪਣੀ ਜ਼ਿੰਦਗੀ ਵਿੱਚ ਕੁਝ ਹਾਸਲ ਕਰਨਾ ਚਾਹੁੰਦੇ ਹੋ, ਤਾਂ ਆਪਣੀ ਅਰਾਮਦਾਇਕ ਸਥਿਤੀ ਤੋਂ ਬਾਹਰ ਕਦਮ ਰੱਖੋ। ਬਾਅਦ ਵਿੱਚ ਜੋਖ਼ਮ ਨਾ ਲੈਣ ਦਾ ਪਛਤਾਵਾ ਤੁਹਾਡੇ ਲਈ ਭਾਰੀ ਹੋ ਸਕਦਾ ਹੈ, ਕਿਉਂਕਿ ਵਾਪਸ ਮੁੜ ਕੇ ਕੁਝ ਵੀ ਨਹੀਂ ਕੀਤਾ ਜਾ ਸਕਦਾ।

"ਸਭ ਤੋਂ ਵੱਡਾ ਜੋਖ਼ਮ ਹੈ ਕੋਈ ਜੋਖ਼ਮ ਨਾ ਲੈਣਾ... ਇੱਕ ਐਸੀ ਦੁਨੀਆ ਵਿੱਚ ਜੋ ਬਹੁਤ ਤੇਜ਼ੀ ਨਾਲ ਬਦਲ ਰਹੀ ਹੈ, ਜੋਖ਼ਮ ਨਾ ਲੈਣ ਦੀ ਰਣਨੀਤੀ ਹੀ ਫ਼ੇਲ ਹੋਣ ਦੀ ਗਾਰੰਟੀ ਵਾਲੀ ਹੈ।"

~ਮਾਰਕ ਜ਼ੁਕੇਰਬਰਗ

ਕੋਈ ਚੰਗਾ, ਕੋਈ ਬੁਰਾ ਨਹੀਂ

ਇਹ ਸੋਚਣ ਦੀ ਆਦਤ ਨਾ ਪਾਓ ਕਿ ਹਰ ਚੀਜ਼ ਚੰਗੀ ਜਾਂ ਮਾੜੀ ਹੁੰਦੀ ਹੈ। ਮੇਰੇ ਨਾਲ ਵੀ ਕਈ ਬੁਰੀਆਂ ਘਟਨਾਵਾਂ ਵਾਪਰੀਆਂ, ਪਰ ਮੈਂ ਖ਼ੁਸ਼ ਹਾਂ ਕਿ ਉਹ ਹੋਈਆਂ ਕਿਉਂਕਿ ਉਹਨਾਂ ਨੇ ਮੇਰੀ ਜ਼ਿੰਦਗੀ ਦਾ ਰਸਤਾ ਬਦਲ ਦਿੱਤਾ।

ਇਸਦੀ ਇੱਕ ਮਿਸਾਲ: ਇੱਕ ਕਿਸਾਨ ਕੋਲ ਇੱਕ ਘੋੜਾ ਸੀ ਜੋ ਖੇਤਾਂ ਵਿੱਚ ਉਸਦੀ ਮਦਦ ਕਰਦਾ ਸੀ। ਪਿੰਡ ਵਾਲੇ ਉਸਨੂੰ ਦੱਸਦੇ ਰਹਿੰਦੇ ਸਨ ਕਿ ਉਹ ਕਿੰਨਾ ਖ਼ੁਸ਼ਕਿਸਮਤ ਹੈ ਕਿਉਂਕਿ ਉਸ ਕੋਲ ਐਨਾ ਚੰਗਾ ਘੋੜਾ ਹੈ।

"ਸ਼ਾਇਦ," ਉਸਨੇ ਜਵਾਬ ਦਿੱਤਾ।

ਇੱਕ ਦਿਨ ਘੋੜਾ ਭੱਜ ਗਿਆ। ਪਿੰਡ ਵਾਲੇ ਕਿਸਾਨ ਕੋਲ ਆਏ ਅਤੇ ਕਹਿਣ ਲੱਗੇ, "ਇਹ ਬਹੁਤ ਬੁਰਾ ਹੈ।"

ਕਿਸਾਨ ਨੇ ਅਰਾਮ ਨਾਲ ਕਿਹਾ, "ਸ਼ਾਇਦ।"

ਕੁਝ ਦਿਨਾਂ ਬਾਅਦ, ਉਹ ਘੋੜਾ ਦਸ ਵਧੀਆ ਜੰਗਲੀ ਘੋੜਿਆਂ ਨਾਲ ਵਾਪਸ ਆ ਗਿਆ।

ਪਿੰਡ ਵਾਲੇ ਕਹਿੰਦੇ ਹਨ, "ਇਹ ਤਾਂ ਬਹੁਤ ਵਧੀਆ ਹੈ, ਹੈ ਨਾ?"

ਕਿਸਾਨ ਨੇ ਫਿਰ ਅਰਾਮ ਨਾਲ ਜਵਾਬ ਦਿੱਤਾ, "ਸ਼ਾਇਦ।"

ਅਗਲੇ ਦਿਨ, ਕਿਸਾਨ ਦਾ ਪੁੱਤਰ ਘੋੜਿਆਂ ਵਿੱਚੋਂ ਇੱਕ 'ਤੇ ਸਵਾਰ ਹੋਇਆ, ਪਰ ਡਿੱਗ ਪਿਆ ਅਤੇ ਉਸਦੀ ਲੱਤ ਟੁੱਟ ਗਈ।

ਪਿੰਡ ਵਾਲੇ ਆਏ ਅਤੇ ਕਹਿਣ ਲੱਗੇ,

"ਇਹ ਬਹੁਤ ਬੁਰਾ ਹੋਇਆ।"

ਕਿਸਾਨ ਨੇ ਅਰਾਮ ਨਾਲ ਜਵਾਬ ਦਿੱਤਾ,

"ਸ਼ਾਇਦ।"

ਅਗਲੇ ਦਿਨ ਇੱਕ ਫ਼ੌਜ਼ੀ ਅਫ਼ਸਰ ਪਿੰਡ ਵਿੱਚ ਆਇਆ, ਜੰਗ ਲਈ ਤੰਦਰੁਸਤ ਨੌਜਵਾਨਾਂ ਨੂੰ ਭਰਤੀ ਕਰ ਰਿਹਾ ਸੀ। ਕਿਸਾਨ ਦਾ ਪੁੱਤਰ, ਜਿਸਦੀ ਲੱਤ ਟੁੱਟੀ ਸੀ, ਉਹ ਰਹਿ ਗਿਆ।

ਪਿੰਡ ਵਾਲੇ ਖ਼ੁਸ਼ ਹੋਏ ਅਤੇ ਕਹਿੰਦੇ,

"ਤੁਹਾਡਾ ਪੁੱਤਰ ਬਚ ਗਿਆ, ਕਿੰਨੀ ਵਧੀਆ ਕਿਸਮਤ!"

ਕਿਸਾਨ ਮੁਸਕਰਾਇਆ ਅਤੇ ਫਿਰ ਅਰਾਮ ਨਾਲ ਕਿਹਾ,

"ਸ਼ਾਇਦ।"

ਪਹਿਲਾਂ ਔਖੇ ਕੰਮ ਨਿਪਟਾਓ

"ਜੇ ਤੁਸੀਂ ਦੇਰ ਨਾਲ ਕੁਦਮ ਚੁੱਕਦੇ ਹੋ, ਤਾਂ ਠੰਢਾ ਪਾਣੀ ਗਰਮ ਨਹੀਂ ਹੋਵੇਗਾ।"

~ਅਗਿਆਤ

ਸਾਡੇ ਮਨ ਨੂੰ ਅਸਾਨ ਚੋਣਾਂ ਕਰਨ ਦੀ ਆਦਤ ਹੈ। ਇਸ ਲਈ ਸਭ ਤੋਂ ਵਧੀਆ ਫ਼ੈਸਲਾ ਕਰਨ ਲਈ ਸਾਨੂੰ ਸੁਚੇਤ ਰਹਿਣਾ ਪੈਂਦਾ ਹੈ, ਭਾਵੇਂ ਇਹ ਔਖਾ ਕਿਉਂ ਨਾ ਲੱਗੇ। ਕਈ ਵਾਰੀ, ਅਸੀਂ ਅਰਾਮ ਕਰਨਾ, ਜ਼ੋਨ ਆਊਟ ਹੋਣਾ, ਜਾਂ ਕੰਮ ਨੂੰ ਕਿਸੇ ਹੋਰ ਦਿਨ ਲਈ ਟਾਲਣਾ ਚਾਹੁੰਦੇ ਹਾਂ, ਕਿਉਂਕਿ ਇੰਝ ਕਰਨਾ ਸੌਖਾ ਹੈ।ਉਦਾਹਰਣ ਵਜੋਂ:

- **ਦੌੜਣ ਦੀ ਬਜਾਏ ਸੋਫ਼ੇ 'ਤੇ ਬੈਠ ਕੇ ਟੀਵੀ ਦੇਖਣਾ ਅਸਾਨ ਹੈ।**
- **ਕਿਤਾਬ ਪੜ੍ਹਨ ਦੀ ਬਜਾਏ ਸੋਸ਼ਲ ਮੀਡੀਆ 'ਤੇ ਸਕ੍ਰੌਲ ਕਰਨਾ ਅਸਾਨ ਹੈ।**
- **ਸਖ਼ਤ ਮਿਹਨਤ ਕਰਨ ਨਾਲੋਂ ਟਾਲ-ਮਟੋਲ ਕਰਨਾ ਅਸਾਨ ਹੈ।**

ਭਾਵੇਂ ਤੁਸੀਂ ਜੋ ਵੀ ਕੰਮ ਕਰਨ ਦੀ ਸੋਚ ਰਹੇ ਹੋ, ਪਰ ਦਿਨ ਦੀ ਸ਼ੁਰੂਆਤ ਸਭ ਤੋਂ ਔਖੇ ਕੰਮ ਨਾਲ ਕਰਨੀ ਚਾਹੀਦੀ ਹੈ। ਜਿੰਨਾ ਵੀ ਚੁਣੌਤੀਪੂਰਨ ਕੰਮ ਲੱਗੇ, ਉਸਨੂੰ ਪਹਿਲਾਂ ਕਰਨਾ ਸਭ ਤੋਂ ਵਧੀਆ ਹੈ। ਜਦੋਂ ਤੁਸੀਂ ਇਹ ਮੁਸ਼ਕਲ ਕੰਮ ਪੂਰਾ ਕਰ ਲੈਂਦੇ ਹੋ, ਤਦ ਹੀ ਆਪਣੇ ਆਪ ਨੂੰ ਅਸਾਨ ਕੰਮ ਕਰਨ ਦੀ ਅਜ਼ਾਦੀ ਦਿਓ।

ਇੱਕ ਤਰੀਕਾ ਇਹ ਹੈ ਕਿ ਆਪਣੇ ਦਿਨ ਦੀ ਸਾਰੀਆਂ ਚੀਜ਼ਾਂ ਦੀ ਸੂਚੀ ਬਣਾਓ। ਫਿਰ ਸਭ ਤੋਂ ਔਖਾ ਅਤੇ ਜ਼ਿਆਦਾ ਗੁੰਝਲਦਾਰ ਕੰਮ ਚੁਣੋ ਅਤੇ ਤੁਰੰਤ ਸ਼ੁਰੂ ਕਰੋ। ਇਹ ਕੰਮ ਸਭ ਤੋਂ ਮਹੱਤਵਪੂਰਨ ਹੁੰਦਾ ਹੈ ਹਾਲਾਂਕਿ ਅਸੀਂ ਅਰਾਮ ਪਸੰਦ ਕਰਦੇ ਹਾਂ, ਪਰ ਕੁਝ ਮੁਸ਼ਕਲ ਕੰਮ ਕਰਨਾ ਜ਼ਰੂਰੀ ਹੈ।

ਕਠਿਨ ਚੋਣ = ਸੌਖੀ ਜ਼ਿੰਦਗੀ

ਅਸੀਂ ਸਾਰੇ ਅਸਾਨ ਜ਼ਿੰਦਗੀ ਜਿਉਣਾ ਚਾਹੁੰਦੇ ਹਾਂ, ਜਿਸ ਵਿੱਚ ਸਾਨੂੰ ਉਹ ਕੰਮ ਨਾ ਕਰਨ ਪੈਣ ਜੋ ਸਾਨੂੰ ਪਸੰਦ ਨਹੀਂ। ਅਜਿਹੀ ਜ਼ਿੰਦਗੀ ਕੌਣ ਨਹੀਂ ਚਾਹੁੰਦਾ, ਜਿੱਥੇ ਪੂਰੀ ਅਜ਼ਾਦੀ ਹੋਵੇ ਅਤੇ ਕਿਸੇ ਮੁਸੀਬਤਾਂ ਨਾਲ ਲੜਨ ਦੀ ਲੋੜ ਨਾ ਪਵੇ?

ਸੱਚ ਇਹ ਹੈ ਕਿ ਅਸਾਨ ਜ਼ਿੰਦਗੀ ਚਾਹੁੰਦੇ ਹੋ ਤਾਂ ਤੁਹਾਨੂੰ ਔਖੇ ਫ਼ੈਸਲੇ ਲੈਣੇ ਪੈਣਗੇ। ਅਸਾਨ ਵਿਕਲਪ ਲੈਣ ਨਾਲ ਕੋਈ ਵੱਡਾ ਨਤੀਜਾ ਨਹੀਂ ਮਿਲਦਾ। ਸਿਰਫ਼ ਉਹਨਾਂ ਔਖੀਆਂ ਚੀਜ਼ਾਂ ਲਈ ਇਨਾਮ ਮਿਲਦਾ ਹੈ ਜੋ ਤੁਸੀਂ ਕਰ ਸਕਦੇ ਹੋ। ਕੋਈ ਵੀ ਵਿਅਕਤੀ ਅਸਾਨ ਰਸਤਾ ਲੈ ਸਕਦਾ ਹੈ, ਪਰ ਫ਼ਲਦਾਇਕ ਜੀਵਨ ਸਿਰਫ਼ ਔਖੇ ਰਸਤੇ ਤੇ ਹੀ ਮਿਲਦਾ ਹੈ।

ਸੌਖੀ ਚੋਣ = ਔਖੀ ਜ਼ਿੰਦਗੀ
ਕਠਿਨ ਚੋਣ = ਸੌਖੀ ਜ਼ਿੰਦਗੀ

ਇਹ ਜ਼ਿੰਦਗੀ ਦਾ ਇੱਕ ਸੱਚ ਹੈ ਅਤੇ ਚੋਣ ਤੁਹਾਡੇ ਹੱਥ ਵਿੱਚ ਹੈ:
ਆਪਣੀ ਜ਼ਿੰਦਗੀ ਅਸਾਨ ਬਣਾਉਣ ਲਈ ਔਖੇ ਫ਼ੈਸਲੇ ਲਓ, ਜਾਂ ਅਸਾਨ ਚੋਣਾਂ ਕਰੋ ਅਤੇ ਔਖੀ ਜ਼ਿੰਦਗੀ ਜੀਓ।

ਜਦੋਂ ਤੁਸੀਂ ਆਲਸੀ ਮਹਿਸੂਸ ਕਰ ਰਹੇ ਹੋ ਅਤੇ ਕੰਮ ਕਰਨ ਦਾ ਮਨ ਨਹੀਂ ਕਰਦਾ, ਤਾਂ ਆਪਣੇ ਭਵਿੱਖ ਬਾਰੇ ਸੋਚੋ। ਆਪਣੇ ਆਪ ਤੋਂ ਪੁੱਛੋ ਕਿ 5, 10 ਜਾਂ 20 ਸਾਲਾਂ ਵਿੱਚ ਤੁਸੀਂ ਕਿੱਥੇ ਹੋਣਾ ਚਾਹੁੰਦੇ ਹੋ। ਯਾਦ ਰੱਖੋ, ਇਹ ਭਵਿੱਖ ਹੁਣ ਤੋਂ ਸ਼ੁਰੂ ਹੁੰਦਾ ਹੈ—ਅੱਜ ਤੁਹਾਡੇ ਕੀਤੇ ਕੰਮ ਤੁਹਾਡਾ ਭਵਿੱਖ ਬਣਾਉਂਦੇ ਹਨ।

> **"ਲੋਕ ਆਪਣੇ ਭਵਿੱਖ ਦੀ ਚੋਣ ਨਹੀਂ ਕਰਦੇ; ਉਹ ਆਪਣੀਆਂ ਆਦਤਾਂ ਬਣਾ ਲੈਂਦੇ ਹਨ ਅਤੇ ਉਹ ਆਦਤਾਂ ਹੀ ਉਹਨਾਂ ਦਾ ਭਵਿੱਖ ਬਣਾਉਂਦੀਆਂ ਹਨ।"**
>
> ***~ਐਫ. ਐਮ. ਅਲੈਗਜ਼ੈਂਡਰ***

ਇਹ ਸਮਾਂ ਵੀ ਬੀਤ ਜਾਵੇਗਾ

ਇੱਕ ਵਾਰ, ਇੱਕ ਰਾਜੇ ਨੇ ਆਪਣੇ ਰਾਜ ਦੇ ਸਿਆਣੇ ਆਦਮੀਆਂ ਨੂੰ ਬੁਲਾਇਆ ਅਤੇ ਪੁੱਛਿਆ, "ਕੀ ਕੋਈ ਐਸਾ ਮੰਤ੍ਰ ਜਾਂ ਸੁਝਾਅ ਹੈ ਜੋ ਹਰ ਹਾਲਾਤ, ਸਥਾਨ, ਸਮੇਂ ਅਤੇ ਘੜੀ ਵਿੱਚ ਕੰਮ ਕਰੇ? ਖ਼ੁਸ਼ੀ, ਦੁੱਖ, ਹਾਰ ਅਤੇ ਜਿੱਤ—ਸਾਰੇ ਸਵਾਲਾਂ ਦਾ ਇੱਕ ਜਵਾਬ?"

ਸਿਆਣੇ ਹੈਰਾਨ ਹੋ ਗਏ। ਇੱਕ ਬੁੱਢੇ ਆਦਮੀ ਨੇ ਸੁਝਾਅ ਦਿੱਤਾ, ਜੋ ਸਾਰਿਆਂ ਨੂੰ ਪਸੰਦ ਆਇਆ। ਉਸਨੇ ਰਾਜੇ ਨੂੰ ਇੱਕ ਕਾਗਜ਼ ਦੇ ਟੁਕੜੇ 'ਤੇ ਲਿਖਿਆ ਕੁਝ ਦਿੱਤਾ। ਰਾਜੇ ਨੇ ਵਾਅਦਾ ਕੀਤਾ ਕਿ ਉਹ ਇਸਨੂੰ ਸਿਰਫ਼ ਉਸ ਵੇਲੇ ਪੜ੍ਹੇਗਾ ਜਦੋਂ ਉਹ ਇਕੱਲਾ ਹੋਵੇ ਅਤੇ ਕੋਈ ਰਸਤਾ ਨਾ ਮਿਲੇ। ਉਸਨੇ ਕਾਗਜ਼ ਨੂੰ ਮੋੜ ਕੇ ਆਪਣੀ ਹੀਰੇ ਦੀ ਮੁੰਦਰੀ ਦੇ ਅੰਦਰ ਰੱਖ ਲਿਆ।

ਕੁਝ ਸਮੇਂ ਬਾਅਦ, ਗੁਆਂਢੀ ਯੋਧਿਆਂ ਨੇ ਰਾਜ 'ਤੇ ਹਮਲਾ ਕੀਤਾ। ਰਾਜਾ ਅਤੇ ਉਸਦੀ ਫ਼ੌਜ਼ ਨੇ ਬਹਾਦਰੀ ਨਾਲ ਲੜਾਈ ਕੀਤੀ, ਪਰ ਉਹ ਹਾਰ ਗਏ। ਰਾਜਾ ਆਪਣੇ ਘੋੜੇ 'ਤੇ ਸਵਾਰ ਹੋ ਕੇ ਭੱਜ ਗਿਆ। ਦੁਸ਼ਮਣ ਤੇਜ਼ੀ ਨਾਲ ਪਿੱਛੇ ਆ ਰਹੇ ਸਨ। ਅਚਾਨਕ, ਰਾਜਾ ਆਪਣੇ ਆਪ ਨੂੰ ਇੱਕ ਅੰਤਲੇ ਸਿਰੇ 'ਤੇ ਪਾਇਆ, ਜਿੱਥੇ ਅੱਗੇ ਕੋਈ ਰਸਤਾ ਨਹੀਂ ਸੀ। ਹੇਠਾਂ ਇੱਕ ਪੱਥਰੀਲੀ ਖੱਡ ਸੀ, ਜੋ 1000 ਫੁੱਟ ਡੂੰਘੀ ਸੀ। ਜੇਕਰ ਉਹ ਇਸ ਵਿੱਚ ਛਾਲ ਮਾਰਦਾ, ਤਾਂ ਮੌਤ ਹੋ ਜਾਵੇਗੀ। ਯੂ-ਟਰਨ ਲੈਣ ਦੀ ਕੋਈ ਗੁੰਜਾਇਸ਼ ਨਹੀਂ ਸੀ, ਅਤੇ ਦੁਸ਼ਮਣ ਘੋੜਿਆਂ ਦੀ ਆਵਾਜ਼ ਨੇ ਉਸ ਨੂੰ ਬੇਚੈਨ ਕਰ ਦਿੱਤਾ। ਕੋਈ ਰਸਤਾ ਨਹੀਂ ਸੀ।

ਉਸੇ ਸਮੇਂ, ਉਸਨੇ ਆਪਣੀ ਅੰਗੂਠੀ ਵਿਚਲੇ ਹੀਰੇ ਨੂੰ ਧੁੱਪ ਵਿੱਚ ਚਮਕਦਾ ਵੇਖਿਆ ਅਤੇ ਉਸਨੂੰ ਉਸ ਵਿੱਚ ਛੁਪਿਆ ਨੋਟ ਯਾਦ ਆਇਆ। ਉਸਨੇ ਹੀਰਾ ਖੋਲ੍ਹਿਆ ਅਤੇ ਨੋਟ ਪੜ੍ਹਿਆ, ਜਿਸ 'ਤੇ ਲਿਖਿਆ ਸੀ: "ਇਹ ਵਕਤ ਵੀ ਬੀਤ ਜਾਵੇਗਾ।"

ਰਾਜਾ ਇਹ ਨੋਟ ਵਾਰ-ਵਾਰ ਪੜ੍ਹਦਾ ਰਿਹਾ। ਅਚਾਨਕ ਉਸਨੂੰ ਸਮਝ ਆਇਆ। ਹਾਂ! ਇਹ ਵਕਤ ਵੀ ਬੀਤ ਜਾਵੇਗਾ। ਕੁਝ ਦਿਨ ਪਹਿਲਾਂ, ਮੈਂ ਆਪਣੇ ਰਾਜ ਦਾ ਆਨੰਦ ਮਾਣ ਰਿਹਾ ਸੀ। ਮੈਂ ਸਭ ਤੋਂ ਸ਼ਕਤੀਸ਼ਾਲੀ ਰਾਜਾ ਸੀ। ਪਰ ਹੁਣ, ਰਾਜ ਅਤੇ ਸਾਰੇ ਸੁੱਖ ਗਾਇਬ ਹਨ। ਮੈਂ ਇੱਥੇ ਆਪਣੇ ਦੁਸ਼ਮਣਾਂ ਤੋਂ ਬਚਣ ਦੀ ਕੋਸ਼ਿਸ਼ ਕਰ ਰਿਹਾ ਹਾਂ। ਜਿਵੇਂ ਅਰਾਮ ਦੇ ਉਹ ਦਿਨ ਖ਼ਤਮ ਹੋ ਗਏ, ਇਸ ਖ਼ਤਰੇ ਵਾਲੇ ਦਿਨ ਵੀ ਖ਼ਤਮ ਹੋ ਜਾਣਗੇ। ਇਸ ਵਿਚ ਉਸਨੂੰ ਸ਼ਾਂਤੀ ਮਹਿਸੂਸ ਹੋਈ ਅਤੇ ਉਹ ਬਿਨਾਂ ਡਰ ਜਾਂ ਨਿਰਾਸ਼ਾ ਦੇ ਖੜ੍ਹਾ ਰਿਹਾ। ਉਸਨੇ ਦੇਖਿਆ ਕਿ ਉਸਦੀ ਜਗ੍ਹਾ ਸੁੰਦਰ ਕੁਦਰਤੀ ਨਜ਼ਾਰਿਆਂ ਨਾਲ ਭਰੀ ਹੋਈ ਹੈ, ਅਤੇ ਉਸਨੂੰ ਅਹਿਸਾਸ ਹੋਇਆ ਕਿ ਰਾਜ ਵਿੱਚ ਐਨੀ ਖੂਬਸੂਰਤ ਜਗ੍ਹਾ ਹੋਣ ਦੇ ਬਾਵਜੂਦ ਉਸਨੇ ਕਦੇ ਇਸ ਨੂੰ ਨਹੀਂ ਦੇਖਿਆ।

ਸੁਨੇਹੇ ਨੇ ਉਸ ਉੱਤੇ ਗਹਿਰਾ ਅਸਰ ਕੀਤਾ। ਉਹ ਆਪਣੇ ਪਿੱਛੇ ਆ ਰਹੇ ਦੁਸ਼ਮਣਾਂ ਬਾਰੇ ਭੁੱਲ ਗਿਆ। ਕੁਝ ਪਲਾਂ ਬਾਅਦ ਉਸਨੇ ਧਿਆਨ ਦਿੱਤਾ ਕਿ ਘੋੜਿਆਂ ਦੇ ਖੁਰਾਂ ਦੀ ਆਵਾਜ਼ ਘਟ ਹੋ ਰਹੀ ਸੀ। ਉਸਦੇ ਦੁਸ਼ਮਣ ਪਹਾੜਾਂ ਦੇ ਦੂਜੇ ਪਾਸੇ ਚਲੇ ਗਏ ਸਨ ਅਤੇ ਹੁਣ ਦਿਖਾਈ ਨਹੀਂ ਦੇ ਰਹੇ ਸਨ।

ਰਾਜੇ ਨੇ ਤੁਰੰਤ ਆਪਣੀ ਫ਼ੌਜ਼ ਨੂੰ ਦੁਬਾਰਾ ਇਕੱਠਾ ਕੀਤਾ ਅਤੇ ਪਹਿਲਾਂ ਨਾਲੋਂ ਵੀ ਜ਼ਿਆਦਾ ਬਹਾਦਰੀ ਨਾਲ ਲੜਾਈ ਕੀਤੀ। ਉਸਨੇ ਦੁਸ਼ਮਣ ਤੋਂ ਜਿੱਤਿਆ ਆਪਣਾ ਰਾਜ ਵਾਪਸ ਲਿਆ। ਵਾਪਸੀ 'ਤੇ ਉਸਦਾ ਬਹੁਤ ਧੂਮ-ਧਾਮ ਨਾਲ ਸਵਾਗਤ ਕੀਤਾ ਗਿਆ। ਪੂਰੀ ਰਾਜਧਾਨੀ ਉਸਦੇ ਅਤੇ ਫ਼ੌਜ਼ ਦੀ ਜਿੱਤ 'ਤੇ ਖ਼ੁਸ਼ ਸੀ।

ਉਸਦੀ ਪਰਜਾ ਖ਼ੁਸ਼ੀ ਮਨਾਉਂਦੀ ਰਹੀ। ਹਰ ਘਰ ਅਤੇ ਗਲੀ ਵਿੱਚ ਲੋਕ ਆਪਣੇ ਰਾਜੇ 'ਤੇ ਫੁੱਲ ਵਰਸਾ ਰਹੇ ਸਨ। ਲੋਕ ਨੱਚ ਰਹੇ ਸਨ ਅਤੇ ਗਾ ਰਹੇ ਸਨ, ਜਿੱਤ ਦੇ ਤਿਉਹਾਰ ਦਾ ਜਸ਼ਨ ਮਨਾ ਰਹੇ ਸਨ। ਪ੍ਰਸ਼ੰਸਾ ਦੇ ਮੂਡ ਵਿੱਚ ਰਾਜੇ ਨੇ ਮਾਣ ਨਾਲ ਕਿਹਾ, "ਮੈਂ ਹੁਣ ਤੱਕ ਦੇ ਸਭ ਤੋਂ ਬਹਾਦਰ ਅਤੇ ਮਹਾਨ ਰਾਜਿਆਂ ਵਿੱਚੋਂ ਇੱਕ ਹਾਂ। ਮੈਨੂੰ ਕੋਈ ਹਰਾ ਨਹੀਂ ਸਕਦਾ।" ਉਸੇ ਪਲ, ਉਸਦੀ ਅੰਗੂਠੀ ਵਿੱਚ ਹੀਰਾ ਸੂਰਜ ਦੀ ਰੌਸ਼ਨੀ ਵਿੱਚ ਚਮਕਿਆ ਅਤੇ ਉਸਨੂੰ ਯਾਦ ਦਿਵਾਇਆ ਕਿ ਸਫ਼ਲਤਾ ਦੇ ਬਾਵਜੂਦ ਨਿਮਰ ਰਹਿਣਾ ਜ਼ਰੂਰੀ ਹੈ। ਉਸਨੇ ਅੰਗੂਠੀ ਖੋਲੀ ਅਤੇ ਫਿਰ ਨੋਟ ਪੜ੍ਹਿਆ:

ਇਹ ਵਕਤ ਵੀ ਬੀਤ ਜਾਵੇਗਾ

ਰਾਜੇ ਨੇ ਸਮਝਿਆ ਕਿ ਸਫ਼ਲਤਾ ਅਤੇ ਮੁਸ਼ਕਲ ਦੋਵੇਂ ਆਉਂਦੇ ਜਾਂਦੇ ਰਹਿੰਦੇ ਹਨ ਅਤੇ ਕਿਸੇ ਦੀ ਵੀ ਪੱਕੀ ਗਰੰਟੀ ਨਹੀਂ ਹੁੰਦੀ। ਇਹ ਕਹਾਣੀ ਸਾਨੂੰ ਸਿਖਾਉਂਦੀ ਹੈ ਕਿ ਜ਼ਿੰਦਗੀ ਦੇ ਉਤਰ-ਚੜ੍ਹਾਅ ਦਾ ਸਾਹਮਣਾ ਸਬਰ ਅਤੇ ਸਹੀ ਨਜ਼ਰੀਏ ਨਾਲ ਕਰਨਾ ਚਾਹੀਦਾ ਹੈ।

ਭਾਵੇਂ ਹਾਲਾਤ ਕਿੰਨੇ ਵੀ ਔਖੇ ਲੱਗਣ, ਯਾਦ ਰੱਖੋ ਕਿ ਇਹ ਵੀ ਬਦਲਦੇ ਰਹਿੰਦੇ ਹਨ। "ਇਹ ਵੀ ਲੰਘ ਜਾਵੇਗਾ" ਦੀ ਸੋਚ ਨਾਲ, ਅਸੀਂ ਮੁਸ਼ਕਲ ਸਮਿਆਂ ਨੂੰ ਸਹਿਣ ਅਤੇ ਸਫ਼ਲਤਾ ਦੇ ਸਮੇਂ ਵਿੱਚ ਨਿਮਰ ਰਹਿਣ ਦੀ ਤਾਕਤ ਲੱਭ ਸਕਦੇ ਹਾਂ। ਇਹ ਮਾਨਸਿਕਤਾ ਸਾਨੂੰ ਘਬਰਾਉਣ ਦੀ ਬਜਾਏ ਅੰਦਰੂਨੀ ਲਚਕੀਲੇਪਣ 'ਤੇ ਧਿਆਨ ਕੇਂਦਰਿਤ ਕਰਨ ਵਿੱਚ ਮਦਦ ਕਰਦੀ ਹੈ। ਆਖ਼ਿਰ ਵਿੱਚ, ਇਹ ਸਾਨੂੰ ਹਿੰਮਤ ਨਾਲ ਜ਼ਿੰਦਗੀ ਦੀਆਂ ਚੁਣੌਤੀਆਂ ਦਾ ਸਾਹਮਣਾ ਕਰਨ ਅਤੇ ਭਵਿੱਖ ਵਿੱਚ ਸ਼ਾਨਦਾਰ ਦਿਨਾਂ ਦੀ ਉਮੀਦ ਕਰਨ ਦੀ ਤਾਕਤ ਦਿੰਦੀ ਹੈ।

ਸਹੀ ਕੰਮਾਂ 'ਤੇ ਧਿਆਨ ਦਿਓ

"ਮਾਈਕਲ ਐਂਜਲੋ ਨੂੰ ਵੀ ਬੈੱਡ ਤੋਂ ਉੱਠਣਾ ਔਖਾ ਲੱਗਦਾ ਸੀ ਜੇ ਉੱਠਦਿਆਂ ਸਾਰ ਉਸ ਅੱਗੇ ਵੀ ਸਪਰੈਂਡ ਸ਼ੀਟਸ ਵਾਲਾ ਦਿਨ ਹੁੰਦਾ। ਲਿਓਨਾਰਦੋ 'ਦ ਵਿੰਚੀ ਨੂੰ ਕਿਸੇ ਕਾਪਰੇਟਵ ਲਈ ਕੰਮ ਕਰਦੇ ਜਾਂ ਸਰਕਾਰੀ ਅਫ਼ਸਰ ਦੇ ਤੌਰ 'ਤੇ ਤਸੱਵਰ ਕਰਨ ਨੀ ਮੁਸ਼ਕਿਲ ਹੈ।"

~ਵਿਜ਼ੀ ਐਂਡਰਿਊ

ਆਪਣੇ ਆਪ ਤੋਂ ਇਹ ਪੁੱਛਣਾ ਬਹੁਤ ਜ਼ਰੂਰੀ ਹੈ: ਕੀ ਤੁਸੀਂ ਉਹ ਕੰਮ ਕਰ ਰਹੇ ਹੋ ਜੋ ਸੱਚਮੁੱਚ ਮਹੱਤਵਪੂਰਨ ਹੈ?

ਜੇ ਤੁਸੀਂ ਆਪਣੇ ਕੰਮ ਨੂੰ ਪਸੰਦ ਨਹੀਂ ਕਰਦੇ, ਤਾਂ ਤੁਸੀਂ ਹਮੇਸ਼ਾ ਹਿਚਕਿਚਾਹਟ ਮਹਿਸੂਸ ਕਰੋਗੇ। ਦਿਲ ਅਤੇ ਮਨ ਨਾਲ ਜੁੜੇ ਬਿਨਾਂ ਕੰਮ ਕਰਨ ਨਾਲ ਕੋਈ ਖ਼ੁਸ਼ੀ ਨਹੀਂ ਮਿਲਦੀ। ਇੱਥੋਂ ਤੱਕ ਕਿ ਸਰੀਰ ਵੀ ਸੰਕੇਤ ਦੇ ਸਕਦਾ ਹੈ ਕਿ ਨੌਕਰੀ ਬਦਲਣ ਦਾ ਸਮਾਂ ਆ ਗਿਆ ਹੈ। ਜੇ ਤੁਸੀਂ ਸੁਸਤ, ਥੱਕੇ, ਬਿਮਾਰ ਜਾਂ ਮਨੋਵਿਗਿਆਨਿਕ ਤੌਰ 'ਤੇ ਥੱਕੇ ਮਹਿਸੂਸ ਕਰਦੇ ਹੋ, ਤਾਂ ਇਹ ਇਸ ਲਈ ਹੋ ਸਕਦਾ ਹੈ ਕਿ ਜੋ ਤੁਸੀਂ ਕਰ ਰਹੇ ਹੋ, ਉਸ ਵਿੱਚ ਤੁਹਾਨੂੰ ਕੋਈ ਅਰਥ ਨਹੀਂ ਮਿਲਦਾ। ਉਹਨਾਂ ਚੀਜ਼ਾਂ ਤੋਂ ਪ੍ਰੇਰਣਾ ਲੈਣਾ ਮੁਸ਼ਕਲ ਹੁੰਦਾ ਹੈ ਜੋ ਤੁਹਾਡੇ ਲਈ ਮਹੱਤਵਪੂਰਨ ਨਹੀਂ ਹਨ।

ਜੇਕਰ ਤੁਹਾਡਾ ਕੰਮ ਹਰ ਰੋਜ਼ ਉਹੀ ਹੈ, ਬੋਰਿੰਗ, ਪ੍ਰੇਰਣਾ ਰਹਿਤ, ਜਾਂ ਬੇਅਰਥ ਹੈ, ਤਾਂ ਤੁਸੀਂ ਆਪਣੀ ਜ਼ਿੰਦਗੀ ਵਿੱਚ ਖ਼ੁਸ਼ ਰਹਿਣਾ ਮੁਸ਼ਕਲ ਮਹਿਸੂਸ ਕਰੋਗੇ।

ਯਾਦ ਰੱਖੋ, ਕੋਈ ਵੀ ਨੌਕਰੀ ਤੁਹਾਡੀ ਸੰਤੁਸ਼ਟ ਜ਼ਿੰਦਗੀ ਨਾਲੋਂ ਜ਼ਿਆਦਾ ਮਹੱਤਵਪੂਰਨ ਨਹੀਂ ਹੈ। ਭਾਵੇਂ ਕਈ ਵਾਰ ਉਹ ਕੰਮ ਕਰਨਾ ਔਖਾ ਹੋਵੇ ਜੋ ਤੁਸੀਂ ਪਸੰਦ ਕਰਦੇ ਹੋ, ਇਹ ਤੁਹਾਨੂੰ ਕਿਸੇ ਅਸਾਨ ਅਤੇ ਬੋਰਿੰਗ 9 ਤੋਂ 5 ਵਾਲੀ ਨੌਕਰੀ ਨਾਲੋਂ ਜ਼ਿਆਦਾ ਖ਼ੁਸ਼ੀ ਦੇਵੇਗਾ।

ਆਪਣੇ ਜਨੂੰਨ ਦੇ ਪਿੱਛੇ ਜਾਣਾ ਬਹੁਤ ਜ਼ਰੂਰੀ ਹੈ ਕਿਉਂਕਿ ਇਸ ਨਾਲ ਤੁਸੀਂ ਖ਼ੁਸ਼ ਅਤੇ ਉਤਸ਼ਾਹੀ ਹੋ ਕੇ ਕੰਮ ਕਰੋਗੇ। ਉਦਾਹਰਣ ਵਜੋਂ, ਜੇ ਤੁਹਾਡਾ ਜਨੂੰਨ ਪੇਂਟਿੰਗ ਹੈ, ਤਾਂ ਲੇਖਕ ਬਣਨਾ ਤੁਹਾਨੂੰ ਖ਼ੁਸ਼ੀ ਨਹੀਂ ਦੇਵੇਗਾ। ਅੰਤ ਵਿੱਚ, ਤੁਸੀਂ ਨਿਰਾਸ਼ ਅਤੇ ਅਧੂਰਾ ਮਹਿਸੂਸ ਕਰੋਗੇ।

ਕੰਮ ਹੀ ਖ਼ੁਸ਼ੀ ਹੈ

ਤੁਸੀਂ ਆਪਣੀ ਜ਼ਿੰਦਗੀ ਦਾ ਜਿਆਦਾਤਰ ਸਮਾਂ ਕਿਸੇ ਨਾ ਕਿਸੇ ਕੰਮ ਵਿੱਚ ਬਿਤਾਓਗੇ। ਜੇ ਤੁਸੀਂ ਖ਼ੁਦ ਨਹੀਂ ਚੁਣਦੇ ਕਿ ਕੀ ਕਰਨਾ ਹੈ, ਤਾਂ ਕੋਈ ਹੋਰ ਤੁਹਾਡੇ ਲਈ ਚੁਣੇਗਾ ਅਤੇ ਸ਼ਾਇਦ ਤੁਹਾਨੂੰ ਇਹ ਪਸੰਦ ਨਾ ਆਵੇ। ਉਦਾਹਰਣ ਵਜੋਂ, ਜੇ ਮਾਪੇ ਤੁਹਾਨੂੰ ਕਾਨੂੰਨ ਪੜ੍ਹਨ ਲਈ ਮਜਬੂਰ ਕਰਦੇ ਹਨ ਜਦੋਂ ਕਿ ਤੁਸੀਂ ਮਾਲੀ ਬਣਨਾ ਪਸੰਦ ਕਰਦੇ ਹੋ, ਤਾਂ ਤੁਹਾਨੂੰ ਨੌਕਰੀ ਸਿਰਫ਼ ਇੱਕ ਬੋਝ ਜਾਪੇਗੀ। ਪਰ ਜੇ ਤੁਸੀਂ ਉਹ ਕੰਮ ਚੁਣਦੇ ਹੋ ਜੋ ਤੁਹਾਡੇ ਜਨੂੰਨ ਨਾਲ ਮੇਲ ਖਾਂਦਾ ਹੈ, ਤਾਂ ਤੁਸੀਂ ਖ਼ੁਸ਼ ਰਹੋਗੇ। ਨੌਕਰੀ ਖ਼ੁਸ਼ੀ ਦਾ ਰਸਤਾ ਹੈ। ਜੇਕਰ ਤੁਸੀਂ ਆਪਣੀ ਨੌਕਰੀ ਪਸੰਦ ਨਹੀਂ ਕਰਦੇ, ਤਾਂ ਤੁਸੀਂ ਖ਼ੁਸ਼ ਨਹੀਂ ਰਹਿ ਸਕਦੇ ਅਤੇ ਕੰਮ ਲਈ ਪ੍ਰੇਰਿਤ ਨਹੀਂ ਹੋਵੋਗੇ। ਪਰ ਜੇਕਰ ਤੁਸੀਂ ਆਪਣੀ ਨੌਕਰੀ ਨੂੰ ਪਿਆਰ ਕਰਦੇ ਹੋ, ਤਾਂ ਤੁਸੀਂ ਕਦੇ ਵੀ ਆਲਸ ਮਹਿਸੂਸ ਨਹੀਂ ਕਰੋਗੇ ਅਤੇ ਆਪਣੀ ਨੌਕਰੀ ਵਿੱਚ ਪੂਰੇ ਮਨ ਨਾਲ ਲੱਗ ਜਾਵੋਗੇ।

ਮੇਰੀ ਇੱਕ ਸਲਾਹ ਹੈ: ਜੇ ਤੁਹਾਨੂੰ ਆਪਣਾ ਕੰਮ ਪਸੰਦ ਨਹੀਂ ਹੈ, ਤਾਂ ਜਿੰਨੀ ਜਲਦੀ ਹੋ ਸਕੇ ਇਸਨੂੰ ਬਦਲਣ ਦਾ ਤਰੀਕਾ ਲੱਭੋ। ਉਹ ਚੀਜ਼ ਖੋਜੋ ਜੋ ਤੁਹਾਡੇ ਜਨੂੰਨ ਨੂੰ ਜਗਾਉਂਦੀ ਹੈ ਅਤੇ ਤੁਹਾਡੇ ਟੀਚਿਆਂ ਨਾਲ ਮਿਲਦੀ ਹੈ।

ਆਪਣੇ ਦਿਲ ਦੀ ਆਵਾਜ਼ ਸੁਣੋ; ਇਹ ਤੁਹਾਨੂੰ ਸਹੀ ਰਸਤਾ ਦਿਖਾਏਗੀ।

ਮੁਸ਼ਕਿਲ ਚੀਜ਼ਾਂ ਤੋਂ ਨਾਂ ਭੱਜੋ

ਜੋ ਤੁਸੀਂ ਪਸੰਦ ਕਰਦੇ ਹੋ ਉਹ ਕਰਨ ਦਾ ਮਤਲਬ ਇਹ ਨਹੀਂ ਕਿ ਤੁਸੀਂ ਨੌਕਰੀ ਦੀਆਂ ਔਖੀਆਂ ਗੱਲਾਂ ਤੋਂ ਬਚ ਜਾਓ। ਇਸਦਾ ਇਹ ਵੀ ਮਤਲਬ ਨਹੀਂ ਕਿ ਤੁਸੀਂ ਆਪਣੀ ਪੂਰੀ ਕੋਸ਼ਿਸ਼ ਨਾ ਕਰੋ ਜਾਂ ਘੱਟ 'ਤੇ ਹੀ ਖ਼ੁਸ਼ ਹੋ ਜਾਓ।

ਜਦੋਂ ਅਸੀਂ ਕੁਝ ਨਵਾਂ ਸ਼ੁਰੂ ਕਰਦੇ ਹਾਂ, ਅਸੀਂ ਬਹੁਤ ਉਤਸ਼ਾਹਿਤ ਹੁੰਦੇ ਹਾਂ ਅਤੇ ਜੋਸ਼ ਨਾਲ ਕੰਮ ਕਰਦੇ ਹਾਂ। ਪਰ ਜਦੋਂ ਸ਼ੁਰੂਆਤੀ ਜੋਸ਼ ਘੱਟ ਹੋ ਜਾਂਦਾ ਹੈ, ਤਾਂ ਅਸਲੀ ਚੁਣੌਤੀਆਂ

ਆਉਣ ਲੱਗਦੀਆਂ ਹਨ। ਇਸ ਵੇਲੇ ਕੰਮ ਔਖੇ ਲੱਗਣ ਲੱਗਦੇ ਹਨ ਅਤੇ ਕਈ ਵਾਰ ਅਸੀਂ ਉਹਨਾਂ ਨੂੰ ਨਾਪਸੰਦ ਕਰਨਾ ਸ਼ੁਰੂ ਕਰ ਦਿੰਦੇ ਹਾਂ। ਭਾਵੇਂ ਇਹ ਸਾਡਾ ਜਨੂੰਨ ਹੀ ਕਿਉਂ ਨਾ ਹੋਵੇ, ਫਿਰ ਵੀ ਸਾਨੂੰ ਰੁਕਾਵਟਾਂ ਦਾ ਸਾਹਮਣਾ ਕਰਨਾ ਪੈਂਦਾ ਹੈ। ਇਸ ਲਈ ਜਨੂੰਨ ਦਾ ਪਾਲਣ ਕਰਨਾ ਇਹ ਗਰੰਟੀ ਨਹੀਂ ਦਿੰਦਾ ਕਿ ਅਸੀਂ ਹਮੇਸ਼ਾ ਖ਼ੁਸ਼ ਰਹਾਂਗੇ।

ਜਦੋਂ ਵਿਨਸੈਂਟ ਵੈਨ ਗੌਗ 27 ਸਾਲ ਦੇ ਸਨ, ਉਨ੍ਹਾਂ ਨੇ ਆਪਣੀ ਜ਼ਿੰਦਗੀ ਪੇਂਟਿੰਗ ਨੂੰ ਸਮਰਪਿਤ ਕਰ ਦਿੱਤੀ। ਉਹ ਬੇਹੱਦ ਜੋਸ਼ ਨਾਲ ਕੰਮ ਕਰਦੇ ਅਤੇ ਬਹੁਤ ਤੇਜ਼ੀ ਨਾਲ ਪੇਂਟਿੰਗ ਬਣਾਉਂਦੇ ਸਨ। ਪੇਂਟਿੰਗ ਉਨ੍ਹਾਂ ਲਈ ਸਭ ਕੁਝ ਸੀ। ਪਰ ਆਪਣੀ ਸਖ਼ਤ ਮਿਹਨਤ ਅਤੇ ਕਾਬਲੀਅਤ ਦੇ ਬਾਵਜੂਦ, ਉਨ੍ਹਾਂ ਦੀਆਂ ਪੇਂਟਿੰਗਾਂ ਜੋ ਨਹੀਂ ਵਿਕਦੀਆਂ ਸਨ, ਜਿਸ ਕਰਕੇ ਉਹ ਆਰਥਿਕ ਤੌਰ 'ਤੇ ਸੰਘਰਸ਼ ਕਰਦੇ ਰਹੇ। ਉਹ ਆਪਣੇ ਸਮੇਂ ਤੋਂ ਕਾਫ਼ੀ ਅੱਗੇ ਦੇ ਕਲਾਕਾਰ ਸਨ।

ਉਸਦਾ ਛੋਟਾ ਭਰਾ ਥੀਓ ਵੈਨ ਗੌਗ ਉਸਦੀ ਵਿੱਤੀ ਮਦਦ ਕਰਦਾ ਰਿਹਾ। ਬਾਅਦ ਵਿੱਚ, ਵਿਨਸੈਂਟ ਦੀ ਮਾਨਸਿਕ ਸਿਹਤ ਖ਼ਰਾਬ ਹੋ ਗਈ। 27 ਜੁਲਾਈ 1890 ਨੂੰ, ਖੇਤ ਵਿੱਚ ਇਕੱਲੇ ਪੇਂਟਿੰਗ ਕਰਦੇ ਹੋਏ, ਉਸਨੇ ਪਿਸਤੌਲ ਨਾਲ ਆਪਣੇ ਆਪ ਨੂੰ ਛਾਤੀ ਵਿੱਚ ਗੋਲੀ ਮਾਰੀ। ਦੋ ਦਿਨ ਬਾਅਦ ਉਹ ਮਰ ਗਿਆ।

ਵੈਨ ਗੌਗ ਦਾ ਦੁਖਦਾਈ ਅੰਤ ਸਾਨੂੰ ਇਹ ਸਿਖਾਉਂਦਾ ਹੈ ਕਿ ਸਿਰਫ਼ ਜਨੂੰਨ ਹੀ ਖ਼ੁਸ਼ੀ ਜਾਂ ਸਫ਼ਲਤਾ ਦੀ ਗਰੰਟੀ ਨਹੀਂ ਦਿੰਦਾ। ਸੁਪਨੇ ਪੂਰੇ ਕਰਨ ਲਈ ਸਾਨੂੰ ਚੁਣੌਤੀਆਂ ਦਾ ਸਾਹਮਣਾ ਕਰਨਾ ਅਤੇ ਉਨ੍ਹਾਂ ਨੂੰ ਦੂਰ ਕਰਨ ਲਈ ਤਿਆਰ ਰਹਿਣਾ ਚਾਹੀਦਾ ਹੈ।

ਅਖੀਰ ਵਿੱਚ, ਸਾਨੂੰ ਹਿੰਮਤ ਅਤੇ ਲਗਨ ਰੱਖਣੀ ਚਾਹੀਦੀ ਹੈ ਅਤੇ ਇਹ ਸਮਝਣਾ ਚਾਹੀਦਾ ਹੈ ਕਿ ਰੁਕਾਵਟਾਂ ਪਾਰ ਕਰਨਾ ਅਕਸਰ ਪੂਰੀ ਹੋਣ ਅਤੇ ਆਪਣੇ ਆਪ ਨੂੰ ਜਾਣਨ ਦੀ ਯਾਤਰਾ ਦਾ ਹਿੱਸਾ ਹੁੰਦਾ ਹੈ।

ਤਰਜੀਹ ਦੇਣਾ ਸਿੱਖੋ

ਤੁਸੀਂ ਸਭ ਕੁਝ ਨਹੀਂ ਕਰ ਸਕਦੇ, ਕਿਉਂਕਿ ਤੁਹਾਡੀ ਊਰਜਾ ਸੀਮਤ ਹੈ। ਇਸ ਲਈ ਇਸਨੂੰ ਸਹੀ ਕੰਮਾਂ 'ਤੇ ਲਗਾਉਣਾ ਚਾਹੀਦਾ ਹੈ। ਜੇ ਤੁਸੀਂ ਆਪਣੇ ਆਪ ਨੂੰ ਹਰ ਜਗ੍ਹਾ ਵੰਡੋਗੇ, ਤਾਂ ਤੁਸੀਂ ਥੱਕ ਜਾਓਗੇ ਅਤੇ ਕੁਝ ਵੀ ਹਾਸਲ ਨਹੀਂ ਕਰ ਪਾਓਗੇ।ਇਸੇ ਵੇਲੇ ਹਾਰ ਮੰਨਣ ਦਾ ਖਤਰਾ ਵੱਧ ਜਾਂਦਾ ਹੈ, ਕਿਉਂਕਿ ਬਹੁਤ ਮਿਹਨਤ ਦੇ ਬਾਵਜੂਦ ਨਤੀਜੇ ਘੱਟ ਮਿਲਦੀਆਂ ਹਨ। ਇਸ ਲਈ ਆਪਣੀ ਤਾਕਤ ਚੁਣੇ ਹੋਏ ਕੰਮਾਂ 'ਤੇ ਲਗਾਉਣਾ ਸਭ ਤੋਂ

ਵਧੀਆ ਹੈ। ਅਸਲ ਵਿੱਚ, ਕਈ ਵਾਰ "ਘੱਟ ਕਰਨਾ ਹੀ ਜ਼ਿਆਦਾ ਹਾਸਲ ਕਰਨਾ" ਹੁੰਦਾ ਹੈ।

ਆਕਰਸ਼ਿਤ ਕਰੋ, ਪਿੱਛਾ ਨਾ ਕਰੋ

ਜ਼ਿੰਦਗੀ ਦਾ ਇੱਕ ਵਧੀਆ ਸਬਕ ਇਹ ਹੈ ਕਿ ਹਰ ਚੀਜ਼ ਦੇ ਪਿੱਛੇ ਨਾ ਦੌੜੋ। ਇਸ ਦੀ ਥਾਂ, ਆਪਣੇ ਆਪ ਨੂੰ ਸੁਧਾਰੋ ਤਾਂ ਜੋ ਉਹ ਚੀਜ਼ਾਂ ਆਪਣੇ-ਆਪ ਤੁਹਾਡੇ ਵੱਲ ਆਕਰਸ਼ਿਤ ਹੋਣ। ਜਦੋਂ ਤੁਸੀਂ ਆਪਣੇ ਆਪ 'ਤੇ ਧਿਆਨ ਦਿੰਦੇ ਹੋ, ਤਾਂ ਬਾਕੀ ਸਭ ਕੁਝ ਆਪਣੇ-ਆਪ ਠੀਕ ਹੋ ਜਾਂਦਾ ਹੈ।

ਤੁਸੀਂ ਮਹਾਨ ਹੋ!

ਕਈ ਵਾਰ ਤੁਸੀਂ ਸੋਚਦੇ ਹੋ ਕਿ ਤੁਸੀਂ ਆਪਣੇ ਸੁਪਨੇ ਪੂਰੇ ਕਰਨ ਵਿੱਚ ਕਾਫ਼ੀ ਚੰਗੇ ਨਹੀਂ ਹੋ। ਇਹ ਨਕਾਰਾਤਮਕ ਸੋਚ ਇੱਕ ਆਦਤ ਹੈ ਜਿਸਨੂੰ ਬਦਲਿਆ ਜਾ ਸਕਦਾ ਹੈ। ਆਪਣੇ ਆਪ ਨੂੰ ਹੌਂਸਲਾ ਦਿਓ, ਆਪਣੇ ਸਭ ਤੋਂ ਵੱਡੇ ਸਾਥੀ ਬਣੋ। ਜਦੋਂ ਤੁਸੀਂ ਮਨ ਬਣਾ ਲੈਂਦੇ ਹੋ, ਤਾਂ ਤੁਸੀਂ ਕੁਝ ਵੀ ਕਰ ਸਕਦੇ ਹੋ।

ਆਪਣੇ-ਆਪ ਨੂੰ ਹਮੇਸ਼ਾ ਨੀਵਾਂ ਦਿਖਾਉਣ ਦੀ ਬਜਾਏ, ਆਪਣੇ ਗੁਣਾਂ ਬਾਰੇ ਸੋਚੋ ਅਤੇ ਆਪਣਾ ਭਰੋਸਾ ਵਧਾਓ। ਬਹੁਤ ਲੋਕ ਇਸ ਕਰਕੇ ਆਲਸੀ ਰਹਿੰਦੇ ਹਨ ਕਿਉਂਕਿ ਉਹ ਸੋਚਦੇ ਹਨ ਕਿ ਉਹ ਕਾਫ਼ੀ ਚੰਗੇ ਨਹੀਂ ਹਨ। ਆਪਣੇ-ਆਪ ਨੂੰ ਕਹਿਣਾ ਸ਼ੁਰੂ ਕਰੋ ਕਿ ਤੁਸੀਂ ਬਹੁਤ ਵਧੀਆ ਹੋ—ਅਤੇ ਇਸ ਗੱਲ 'ਤੇ ਸੱਚਮੁੱਚ ਵਿਸ਼ਵਾਸ ਕਰੋ!

ਪਰਫੈਕਸ਼ਨਿਸਟ ਨਾ ਬਣੋ

"ਪਰਫੈਕਸ਼ਨਿਜ਼ਮ ਇੱਕ ਬਿਮਾਰੀ ਹੈ। ਟਾਲਮਟੋਲ ਵੀ ਇੱਕ ਬਿਮਾਰੀ ਹੈ। ਇਸ ਦਾ ਇਲਾਜ ਸਿਰਫ਼ ਕੰਮ ਕਰਕੇ ਕੀਤਾ ਜਾ ਸਕਦਾ ਹੈ।"

– ਰਿਚੀ ਨੌਰਟਨ

ਮੈਂ ਇਹ ਨਹੀਂ ਕਹਿ ਰਿਹਾ ਕਿ ਸੰਪੂਰਨ ਹੋਣਾ ਬੁਰਾ ਹੈ, ਪਰ ਜ਼ਿੰਦਗੀ ਦੇ ਹਰ ਖੇਤਰ ਵਿੱਚ ਸੰਪੂਰਨ ਹੋਣਾ ਅਸੰਭਵ ਹੈ। ਸੁੰਦਰ ਚੀਜ਼ਾਂ ਇਸ ਲਈ ਬਣਦੀਆਂ ਹਨ ਕਿਉਂਕਿ ਕੋਈ ਇਨ੍ਹਾਂ ਵਿੱਚ ਛੋਟੇ-ਛੋਟੇ ਵੇਰਵਿਆਂ 'ਤੇ ਧਿਆਨ ਦਿੰਦਾ ਹੈ। ਪਰ ਸੁੰਦਰਤਾ ਅਪੂਰਣਤਾ ਵਿੱਚ ਵੀ ਹੁੰਦੀ ਹੈ। ਮੋਨਾ ਲਿਸਾ ਨੂੰ ਹੀ ਵੇਖ ਲਵੋ—ਤੁਸੀਂ ਸਮਝ ਜਾਓਗੇ ਕਿ ਦੁਨੀਆ ਸੰਪੂਰਨ ਅਤੇ ਅਪੂਰਨ ਦੋਵੇਂ ਚੀਜ਼ਾਂ ਕਰਕੇ ਹੀ ਖ਼ੂਬਸੂਰਤ ਹੈ।

ਲਿਓਨਾਰਦੋ 'ਦ ਵਿੰਚੀ ਛੋਟੀਆਂ-ਛੋਟੀਆਂ ਚੀਜ਼ਾਂ 'ਤੇ ਬਹੁਤ ਧਿਆਨ ਦਿੰਦਾ ਸੀ। ਉਹ ਕਈ ਸਾਲਾਂ ਇੱਕ ਹੀ ਪੇਂਟਿੰਗ 'ਤੇ ਕੰਮ ਕਰਦਾ ਰਹਿੰਦਾ ਸੀ। ਮਿਲਾਨ ਦੇ ਗਿਰਜਾਘਰ ਦਾ ਡਿਜ਼ਾਈਨ ਤਿਆਰ ਕਰਦੇ ਸਮੇਂ, ਉਸਨੇ ਸੈਂਕੜੇ ਡਿਜ਼ਾਈਨ ਬਣਾਏ। ਆਪਣੀ ਸਭ ਤੋਂ ਮਸ਼ਹੂਰ ਪੇਂਟਿੰਗ, ਮੋਨਾ ਲਿਸਾ, ਨੂੰ ਪੂਰਾ ਕਰਨ ਵਿੱਚ ਉਸਨੂੰ ਦਸ ਸਾਲ ਤੋਂ ਵੱਧ ਲੱਗੇ। ਫਿਰ ਵੀ, ਮੈਨੂੰ ਸ਼ੱਕ ਹੈ ਕਿ ਲਿਓਨਾਰਦੋ ਆਪਣੀ ਜ਼ਿੰਦਗੀ ਦੇ ਹੋਰ ਖੇਤਰਾਂ ਵਿੱਚ ਵੀ ਸੰਪੂਰਨ ਸੀ।

ਸਟੀਵ ਜੌਬਜ਼ ਵੀ ਛੋਟੀਆਂ-ਛੋਟੀਆਂ ਚੀਜ਼ਾਂ ਲਈ ਬਹੁਤ ਜਨੂੰਨੀ ਸੀ। ਪਹਿਲਾ ਮੈਕਿਨਟੋਸ਼ ਕੰਪਿਊਟਰ ਬਣਾਉਂਦੇ ਸਮੇਂ, ਉਸਨੇ ਜ਼ੋਰ ਦਿੱਤਾ ਕਿ ਸਰਕਟ ਬੋਰਡ ਦੀਆਂ ਤਾਰਾਂ ਸਿੱਧੀਆਂ ਅਤੇ ਸੁੰਦਰ ਦਿਖਣ, ਭਾਵੇਂ ਅੰਦਰਲੇ ਹਿੱਸੇ ਨੂੰ ਕੋਈ ਨਾ ਦੇਖੇ। ਸਿਰਫ਼ ਟੈਕਨੀਸ਼ੀਅਨ ਹੀ ਕੰਪਿਊਟਰ ਖੋਲ੍ਹ ਸਕਦਾ ਸੀ। ਕੀ ਇਹ ਉਸਦੇ ਸਮੇਂ ਅਤੇ ਊਰਜਾ ਦੇ ਲਾਇਕ ਸੀ? ਉਸ ਲਈ, ਯਕੀਨਨ ਸੀ।

ਜੇ ਤੁਸੀਂ ਕੋਈ ਅਹਿਮ ਚੀਜ਼ ਪੇਂਟ ਕਰ ਰਹੇ ਹੋ ਜਾਂ ਬਣਾ ਰਹੇ ਹੋ, ਤਾਂ ਹਾਂ, ਤੁਸੀਂ ਚਾਹੋਗੇ ਕਿ ਇਹ ਸੰਭਵਤ: ਬਹੁਤ ਵਧੀਆ ਹੋਵੇ। ਪਰ ਜੇ ਤੁਸੀਂ ਘਾਹ ਕੱਟ ਰਹੇ ਹੋ, ਜੋ ਕੁਝ ਹਫ਼ਤਿਆਂ ਵਿੱਚ ਦੁਬਾਰਾ ਵਧ ਜਾਵੇਗਾ, ਤਾਂ ਕੀ ਇਹ ਘਾਹ ਦੇ ਹਰ ਪੱਤੇ ਨੂੰ ਚੰਗੀ ਤਰ੍ਹਾਂ ਕੱਟਣ ਵਿੱਚ ਸਾਰਾ ਦਿਨ ਬਿਤਾਉਣਾ ਕੋਈ ਸਮਝਦਾਰੀ?

ਮੇਰਾ ਮਤਲਬ ਇਹ ਹੈ ਕਿ ਹਰ ਕੰਮ ਵਿੱਚ ਸੰਪੂਰਨ ਹੋਣਾ ਜ਼ਰੂਰੀ ਨਹੀਂ। ਕੁਝ ਕੰਮਾਂ ਲਈ ਇਹ ਲੋੜੀਂਦਾ ਹੈ, ਕੁਝ ਲਈ ਨਹੀਂ। ਹਮੇਸ਼ਾ ਸੰਪੂਰਨ ਬਣਨ ਦੀ ਕੋਸ਼ਿਸ਼ ਕਰਨ ਦੀ ਬਜਾਏ, ਹਾਲਾਤ ਦੇ ਅਨੁਸਾਰ ਫ਼ੈਸਲਾ ਕਰੋ। ਇਸ ਨਾਲ ਤੁਸੀਂ ਆਪਣੀ ਊਰਜਾ ਉਹਨਾਂ ਚੀਜ਼ਾਂ 'ਤੇ ਕੇਂਦਰਿਤ ਕਰ ਸਕੋਗੇ ਜੋ ਤੁਹਾਡੇ ਲਈ ਸਭ ਤੋਂ ਮਹੱਤਵਪੂਰਨ ਹਨ ਅਤੇ ਬਾਕੀ ਘੱਟ ਮਾਇਨੇ ਵਾਲੇ ਕੰਮ ਵੀ ਪੂਰੇ ਕਰ ਲਵੋਗੇ।

ਰੌਬਰਟ ਸ਼ੂਲਰ ਦਾ ਇਹ ਮਤਲਬ ਹੈ:

> **"ਬਿਨਾ ਕਿਸੇ ਖ਼ਾਮੀ ਤੋਂ ਕੁਝ ਵੀ ਨਾ ਕਰਨ ਦੀ ਬਜਾਏ, ਕੁਝ ਵੀ ਅਧੂਰਾ ਕਰਨਾ ਚੰਗਾ ਹੈ।"**

ਕੀਤਾ ਹੋਇਆ ਕੰਮ, ਨਾ ਕੀਤੇ ਨਾਲੋਂ ਚੰਗਾ ਹੁੰਦਾ ਹੈ

ਕਿਸੇ ਇਕ ਕੰਮ 'ਤੇ ਦਿਨ ਬਿਤਾਉਣ ਦੀ ਕੋਈ ਲੋੜ ਨਹੀਂ ਜੇ ਉਹ ਕੁਝ ਮਿੰਟਾਂ ਵਿੱਚ ਹੋ ਸਕਦਾ ਹੈ। ਕੰਮ ਨੂੰ ਚੰਗੀ ਤਰ੍ਹਾਂ ਕਰਨਾ ਅਤੇ ਹਰ ਛੋਟੀ ਗੱਲ 'ਤੇ ਸੰਪੂਰਨਤਾ ਲਈ ਜ਼ੋਰ ਦੇਣਾ ਦੋ ਅਲੱਗ ਗੱਲਾਂ ਹਨ। ਇੱਕ ਕੰਮ ਨੂੰ ਚੰਗੀ ਤਰ੍ਹਾਂ ਕਰਨਾ ਹਮੇਸ਼ਾ ਬਿਹਤਰ ਹੈ, ਬਜਾਏ ਇਸ ਦੇ ਕਿ ਤੁਸੀਂ ਸ਼ੁਰੂ ਕਰਨ ਤੋਂ ਪਹਿਲਾਂ ਹੀ ਟਾਲ-ਮਟੋਲ ਕਰਦੇ ਰਹੋ। ਜੇ ਤੁਸੀਂ ਹਰ ਚੀਜ਼ ਨੂੰ ਸੰਪੂਰਨ ਬਣਾਉਣ ਦੇ ਚਿੰਤਾ ਵਿੱਚ ਫਸੇ ਰਹੋਗੇ, ਤਾਂ ਸ਼ੁਰੂ ਕਰਨਾ ਹੀ ਮੁਸ਼ਕਲ ਹੋ ਜਾਵੇਗਾ।

ਠੀਕ-ਠਾਕ ਜਿਹੇ ਨਾ ਬਣੋ

"ਠੀਕ-ਠਾਕ ਜਿਹਾ ਬਣਨਾ ਆਪਣੇ-ਆਪ ਨਹੀਂ ਹੁੰਦਾ। ਇਹ ਹਰ ਦਿਨ ਛੋਟੀਆਂ ਚੋਣਾਂ ਕਰਨ ਨਾਲ ਹੋ ਜਾਂਦਾ ਹੈ।"

~ਟੌਡ ਹੈਨਰੀ

ਸਾਡੇ ਕੋਲ ਹਮੇਸ਼ਾ ਚੋਣ ਹੁੰਦੀ ਹੈ ਕਿ ਅਸੀਂ ਮਹਾਨ ਬਣੀਏ ਜਾਂ ਸਧਾਰਨ। ਮਹਾਨ ਬਣਨਾ ਅਸਾਨ ਨਹੀਂ ਹੈ। ਤੁਹਾਨੂੰ ਹਰ ਰੋਜ਼ ਆਪਣਾ ਸਭ ਤੋਂ ਵਧੀਆ ਦੇਣਾ ਪਵੇਗਾ। ਅਸਫ਼ਲਤਾਵਾਂ ਆਉਣਗੀਆਂ ਅਤੇ ਸੰਘਰਸ਼ ਵੀ।

ਜੇ ਤੁਹਾਡਾ ਟੀਚਾ ਸਧਾਰਨ ਬਣਨਾ ਹੈ, ਤਾਂ ਤੁਹਾਨੂੰ ਵੱਧ ਕੁਝ ਕਰਨ ਦੀ ਲੋੜ ਨਹੀਂ। ਠੀਕ-ਠਾਕ ਲੋਕ ਅਕਸਰ ਆਪਣੀ ਪੂਰੀ ਵਾਹ ਨਹੀਂ ਲਾਉਂਦੇ ਅਤੇ ਚੀਜ਼ਾਂ ਨੂੰ ਜਿਵੇਂ ਹਨ, ਉਸੇ ਤਰ੍ਹਾਂ ਰਹਿਣ ਦਿੰਦੇ ਹਨ, ਕਿਉਂਕਿ ਉਹ ਸੋਚਦੇ ਹਨ ਕਿ ਸੁਧਾਰ ਕਰਨਾ ਬਹੁਤ ਔਖਾ ਹੋਵੇਗਾ।

99% ਲੋਕ ਆਪਣੀ ਇੱਛਾ ਤੋਂ ਘੱਟ 'ਤੇ ਸਹਿਮਤ ਹੋ ਜਾਂਦੇ ਹਨ। ਉਹ ਉਹਨਾਂ ਨੌਕਰੀਆਂ ਨੂੰ ਮਨਜ਼ੂਰ ਕਰ ਲੈਂਦੇ ਹਨ ਜਿਨਾਂ ਤੋਂ ਉਨ੍ਹਾਂ ਨੂੰ ਨਫ਼ਰਤ ਹੈ ਅਤੇ ਫਿਰ ਹੈਰਾਨ ਰਹਿ ਜਾਂਦੇ ਹਨ ਕਿ ਉਹ ਪ੍ਰੇਰਿਤ ਕਿਉਂ ਨਹੀਂ ਹੁੰਦੇ, ਉਤਪਾਦਕ ਕਿਉਂ ਨਹੀਂ ਹਨ ਅਤੇ ਕੰਮ ਕਰਨ ਲਈ ਉਹਨਾਂ ਨੂੰ ਊਰਜਾ ਕਿਉਂ ਨਹੀਂ ਮਿਲਦੀ।

ਤੁਸੀਂ ਉਹ ਕੰਮ ਕਿਵੇਂ ਕਰ ਸਕਦੇ ਹੋ ਜੋ ਤੁਹਾਨੂੰ ਪਸੰਦ ਨਹੀਂ?

"ਤੁਹਾਡਾ ਕੰਮ ਤੁਹਾਡੀ ਜ਼ਿੰਦਗੀ ਦਾ ਬਹੁਤ ਵੱਡਾ ਹਿੱਸਾ ਹੈ। ਸੱਚਮੁੱਚ ਖ਼ੁਸ਼ ਰਹਿਣ ਦਾ ਇੱਕੋ ਤਰੀਕਾ ਹੈ ਉਹ ਕੰਮ ਕਰਨਾ ਜੋ ਤੁਹਾਡੇ ਲਈ ਮਹਾਨ ਮਹਿਸੂਸ ਹੁੰਦਾ ਹੈ। ਵਧੀਆ ਕੰਮ ਕਰਨ ਦਾ ਇੱਕੋ ਤਰੀਕਾ ਹੈ ਕਿ ਤੁਸੀਂ ਉਹ ਕੰਮ ਪਿਆਰ ਨਾਲ ਕਰੋ। ਜੇਕਰ

ਇਹ ਪਤਾ ਨਹੀਂ ਲੱਗਿਆ, ਤਾਂ ਲੱਭਦੇ ਰਹੋ। ਕਦੇ ਵੀ ਘੱਟ ਨਾਲ ਸੈਟਲ ਨਾ ਹੋਵੋ। ਜਿਵੇਂ ਦਿਲ ਦੇ ਮਾਮਲਿਆਂ ਵਿੱਚ, ਤੁਹਾਨੂੰ ਇੱਕ ਦਿਨ ਪਤਾ ਲੱਗੇਗਾ ਕਿ ਇਹ ਕਦੋਂ ਮਿਲੇਗਾ।"

~ਸਟੀਵ ਜੌਬਜ

ਕੋਈ ਵੀ ਅਸਲ ਵਿੱਚ ਆਮ ਬਣਨਾ ਨਹੀਂ ਚਾਹੁੰਦਾ। ਜੇ ਤੁਸੀਂ ਸ਼ੱਕ ਕਰ ਰਹੇ ਹੋ, ਤਾਂ ਕਿਸੇ ਨੂੰ ਪੁੱਛੋ, "ਕੀ ਤੁਸੀਂ ਆਮ ਬਣਨਾ ਚਾਹੁੰਦੇ ਹੋ?" ਜਵਾਬ ਹਮੇਸ਼ਾ "ਨਹੀਂ" ਹੀ ਆਵੇਗਾ।

ਇੱਕ ਵੱਡਾ ਕਾਰਣ ਇਹ ਹੈ ਕਿ ਲੋਕ ਆਮ ਹੋਣ ਲਈ ਇਸ ਲਈ ਤਿਆਰ ਹੋ ਜਾਂਦੇ ਹਨ ਕਿਉਂਕਿ ਉਨ੍ਹਾਂ ਦੇ ਆਲੇ-ਦੁਆਲੇ ਸਭ ਆਮ ਹੀ ਹਨ। ਜੇ ਤੁਸੀਂ ਇਨ੍ਹਾਂ ਲੋਕਾਂ ਦੇ ਵਿਚਕਾਰ ਕੁਝ ਵੱਖਰਾ ਕਰਨ ਦੀ ਕੋਸ਼ਿਸ਼ ਕਰੋਗੇ, ਤਾਂ ਉਹ ਤੁਹਾਨੂੰ ਰੋਕਣ ਦੀ ਕੋਸ਼ਿਸ਼ ਕਰਨਗੇ। ਉਹ ਨਹੀਂ ਚਾਹੁੰਦੇ ਕਿ ਤੁਸੀਂ ਚਮਕੋ, ਕਿਉਂਕਿ ਇਸ ਨਾਲ ਉਹ ਆਪਣੇ-ਆਪ ਨੂੰ ਘੱਟ ਸਮਝਣਗੇ। ਅੰਦਰੂਨੀ ਤੌਰ 'ਤੇ, ਉਹ ਮਹਿਸੂਸ ਕਰ ਸਕਦੇ ਹਨ ਕਿ ਉਨ੍ਹਾਂ ਨੇ ਆਪਣੀ ਸਮਰੱਥਾ ਨੂੰ ਬਰਬਾਦ ਕੀਤਾ ਹੈ।

ਜਦੋਂ ਅਸੀਂ ਬੱਚੇ ਹੁੰਦੇ ਹਾਂ, ਸਾਡੇ ਕੋਲ ਬਹੁਤ ਸਾਰੇ ਸੁਪਨੇ ਅਤੇ ਇੱਛਾਵਾਂ ਹੁੰਦੀਆਂ ਹਨ। ਪਰ ਜਿਵੇਂ-ਜਿਵੇਂ ਅਸੀਂ ਵੱਡੇ ਹੁੰਦੇ ਹਾਂ, ਅਸੀਂ ਆਮ ਚੀਜ਼ਾਂ ਨਾਲ ਹੀ ਖ਼ੁਸ਼ ਰਹਿਣਾ ਸਿੱਖ ਲੈਂਦੇ ਹਾਂ। ਸ਼ਾਇਦ ਅਸੀਂ ਜ਼ਿਆਦਾ ਸਹਿਮਤ ਜਾਂ ਜ਼ਿੱਦੀ ਹੋ ਜਾਂਦੇ ਹਾਂ।

ਜਦੋਂ ਤੁਸੀਂ ਆਪਣੇ ਅੰਦਰ ਕੁਝ ਪ੍ਰਾਪਤ ਕਰਨ ਦੀ ਇੱਛਾ ਗੁਆ ਦੇਂਦੇ ਹੋ, ਤਾਂ ਸਮਾਂ ਬੀਤਦਾ ਜਾਂਦਾ ਹੈ ਅਤੇ ਤੁਸੀਂ ਅਸਲ ਵਿੱਚ ਜ਼ਿੰਦਗੀ ਨੂੰ ਜੀਣ ਦੀ ਬਜਾਏ ਸਿਰਫ਼ ਆਪਣੇ ਪੈਰ ਘੜੀਸਦੇ ਰਹਿ ਜਾਂਦੇ ਹੋ।

ਵੱਡਾ ਸੋਚੋ !

ਭਾਵੇਂ ਤੁਸੀਂ ਅਸਫ਼ਲ ਹੋ ਜਾਓ, ਇਹ ਫਿਰ ਵੀ ਬਿਹਤਰ ਹੈ ਬਜਾਏ ਇਸਦੇ ਕਿ ਤੁਸੀਂ ਕੋਸ਼ਿਸ਼ ਨਾ ਕਰਨ ਦੇ ਪਛਤਾਵੇ ਵਿੱਚ ਰਹੋ।

ਕਲਪਨਾ ਕਰੋ ਕਿ ਤੁਸੀਂ 80 ਸਾਲ ਦੇ ਹੋ ਅਤੇ ਸੋਚਦੇ ਹੋ: ਕਾਸ਼! ਮੈਂ ਦੁਨੀਆ ਦੀ ਸੈਰ ਕਰਦਾ, ਆਪਣੇ ਸੁਪਨੇ ਪੂਰੇ ਕਰਦਾ ਅਤੇ ਆਪਣੀ ਮਰਜ਼ੀ ਨਾਲ ਜਿਉਂਦਾ, ਨਾ ਕਿ ਕਿਸੇ ਹੋਰ ਦੀ ਇੱਛਾ ਦੇ ਅਨੁਸਾਰ।

ਤੁਹਾਡੇ ਕੋਲ ਹੁਣ ਵੀ ਸਮਾਂ ਹੈ। ਘੱਟੋ-ਘੱਟ ਹੁਣ ਲਈ ਤਾਂ ਹੈ। ਇੱਕ ਦਿਨ ਆਵੇਗਾ ਜਦੋਂ ਇਹ ਸਮਾਂ ਖ਼ਤਮ ਹੋ ਜਾਵੇਗਾ। ਮੌਤ ਤੁਹਾਡੇ ਦਰਵਾਜ਼ੇ 'ਤੇ ਖੜ੍ਹੀ ਹੋਵੇਗੀ।

ਇਸ ਲਈ ਇਹ ਜ਼ਰੂਰੀ ਹੈ ਕਿ ਤੁਸੀਂ ਆਪਣੀ ਜ਼ਿੰਦਗੀ ਉਸ ਤਰੀਕੇ ਨਾਲ ਜੀਓ ਜੋ ਤੁਸੀਂ ਸੱਚਮੁੱਚ ਚਾਹੁੰਦੇ ਹੋ। ਤੁਹਾਨੂੰ ਕਿਸੇ ਹੋਰ ਪ੍ਰੋਤਸਾਹਨ ਜਾਂ ਉਤਪਾਦਕਤਾ ਦੇ ਸੁਝਾਵਾਂ ਦੀ ਲੋੜ ਨਹੀਂ ਪਵੇਗੀ ਕਿਉਂਕਿ ਤੁਹਾਡੇ ਮਨ ਦੇ ਉਦੇਸ਼ ਤੁਹਾਨੂੰ ਆਲਸੀ ਹੋਣਾ ਬੰਦ ਕਰਨ ਲਈ ਕਾਫ਼ੀ ਪ੍ਰਭਾਵਸ਼ਾਲੀ ਹੋਣਗੇ।

- **ਜੇ ਤੁਹਾਨੂੰ ਆਪਣੀ ਨੌਕਰੀ ਪਸੰਦ ਨਹੀਂ, ਤਾਂ ਇਸਨੂੰ ਬਦਲੋ।**
- **ਜੇ ਤੁਹਾਡੇ ਦੋਸਤ ਪਸੰਦ ਨਹੀਂ, ਤਾਂ ਨਵੇਂ ਦੋਸਤ ਬਣਾਓ।**
- **ਜੇ ਤੁਹਾਡਾ ਸੋਚਣ ਦਾ ਤਰੀਕਾ ਪਸੰਦ ਨਹੀਂ, ਤਾਂ ਇਸਨੂੰ ਬਦਲੋ।**
- **ਜੇ ਤੁਹਾਨੂੰ ਆਪਣੀ ਜ਼ਿੰਦਗੀ ਪਸੰਦ ਨਹੀਂ, ਤਾਂ ਇਸਨੂੰ ਬਦਲੋ।**

ਯਾਦ ਰੱਖੋ, ਮਹਾਨ ਜੀਵਨ ਆਮ ਜੀਵਨ ਨਾਲੋਂ ਔਖਾ ਹੈ। ਇਸਨੂੰ ਹਾਸਲ ਕਰਨਾ ਸੌਖਾ ਨਹੀਂ, ਪਰ ਅਖ਼ਿਰਕਾਰ ਇਹ ਮਿਹਨਤ ਕਰਨ ਲਾਇਕ ਹੋਵੇਗਾ!

ਮਲਟੀਟਾਸਕਿੰਗ
ਦਾ ਝੂਠ

ਜੋ ਵਿਅਕਤੀ ਇਕੱਠੇ ਦੋ ਕੰਮਾਂ ਦਾ ਪਿੱਛਾ ਕਰਦਾ ਹੈ, ਉਹ ਦੋਹਾਂ ਨੂੰ ਹਾਸਲ ਨਹੀਂ ਕਰ ਸਕਦਾ।

~ ਕਨਫਿਊਸ਼ਸ

11 ਦਸੰਬਰ, 1998 ਨੂੰ, ਨਾਸਾ ਨੇ ਮੰਗਲ ਗ੍ਰਹਿ ਦੇ ਮੌਸਮ ਦਾ ਅਧਿਐਨ ਕਰਨ ਲਈ ਮਾਰਸ ਕਲਾਈਮੇਟ ਆਰਬਿਟਰ ਲਾਂਚ ਕੀਤਾ। ਇਸ ਨੂੰ ਬਣਾਉਣ ਦੀ ਲਾਗਤ 125 ਮਿਲੀਅਨ ਡਾਲਰ ਸੀ। 23 ਸਤੰਬਰ, 1999 ਨੂੰ, ਜਹਾਜ਼ ਮੰਗਲ ਗ੍ਰਹਿ ਦੇ ਆਰਬਿਟ ਪਹੁੰਚਿਆ, ਪਰ ਅਚਾਨਕ ਨਾਸਾ ਨਾਲ ਇਸ ਦਾ ਸੰਪਰਕ ਟੁੱਟ ਗਿਆ। ਇਹ ਇੱਕ ਸਧਾਰਨ ਗ਼ਲਤੀ ਕਾਰਨ ਹੋਇਆ: ਇੰਜੀਨੀਅਰ ਅੰਗਰੇਜ਼ੀ ਇਕਾਈਆਂ ਨੂੰ ਮੀਟਰਕ ਵਿੱਚ ਬਦਲਣ ਵਿੱਚ ਅਸਫ਼ਲ ਰਹੇ। ਇਸ ਕਾਰਨ ਜਹਾਜ਼ ਮੰਗਲ ਦੇ ਬਹੁਤ ਨੇੜੇ ਆ ਗਿਆ ਅਤੇ ਤਬਾਹ ਹੋ ਗਿਆ।

ਇਹ ਉਦਾਹਰਣ ਦਿਖਾਉਂਦੀ ਹੈ ਕਿ ਮਲਟੀਟਾਸਕਿੰਗ (ਇੱਕ ਸਮੇਂ ਬਹੁਤ ਸਾਰੀਆਂ ਚੀਜ਼ਾਂ ਕਰਨਾ) ਕਿੰਨਾ ਖ਼ਤਰਨਾਕ ਹੋ ਸਕਦਾ ਹੈ, ਖ਼ਾਸ ਕਰਕੇ ਜਿੱਥੇ ਸਹੀ ਧਿਆਨ ਅਤੇ ਛੋਟੇ ਵੇਰਵਿਆਂ ’ਤੇ ਧਿਆਨ ਦੇਣਾ ਬਹੁਤ ਜ਼ਰੂਰੀ ਹੁੰਦਾ ਹੈ। ਇਸ ਮਾਮਲੇ ਵਿੱਚ, ਮਿਸ਼ਨ ਦੇ ਇੰਜੀਨੀਅਰ ਬਹੁਤ ਸਾਰੀਆਂ ਜ਼ਿੰਮੇਵਾਰੀਆਂ ਇੱਕੋ ਸਮੇਂ ਨਿਭਾ ਰਹੇ ਸਨ, ਜਿਸ ਕਾਰਨ ਗ਼ਲਤੀ ਹੋ ਗਈ।

ਮਲਟੀਟਾਸਕਿੰਗ ਦਾ ਮਤਲਬ ਹੈ ਇੱਕ ਸਮੇਂ ਵਿੱਚ ਇੱਕ ਤੋਂ ਵੱਧ ਕੰਮ ਕਰਨਾ। ਇਹ ਸੁਣਨ ਵਿੱਚ ਵਧੀਆ ਲੱਗਦਾ ਹੈ ਪਰ ਇਹ ਹਮੇਸ਼ਾ ਚੰਗਾ ਨਹੀਂ ਹੁੰਦਾ। ਜਦੋਂ ਤੁਸੀਂ ਇੱਕੋ ਸਮੇਂ ਕਈ ਮਹੱਤਵਪੂਰਨ ਕੰਮਾਂ ’ਤੇ ਧਿਆਨ ਦਿੰਦੇ ਹੋ, ਤਾਂ ਕੁਝ ਨਾ ਕੁਝ ਗੁਆਉਣਾ ਪੈਂਦਾ ਹੈ। ਦੋ ਮਹੱਤਵਪੂਰਨ ਕੰਮਾਂ ਨੂੰ ਇੱਕੋ ਸਮੇਂ ਕਰਨ ਦੀ ਕੋਸ਼ਿਸ਼ ਕਰਨ ਨਾਲ ਤੁਸੀਂ ਕੋਈ ਵੀ ਕੰਮ ਢੰਗ ਨਾਲ ਪੂਰਾ ਨਹੀਂ ਕਰ ਪਾਉਂਦੇ। ਜੇ ਤੁਸੀਂ ਲਗਾਤਾਰ ਕੰਮ ਬਦਲਦੇ ਰਹਿੰਦੇ ਹੋ, ਤਾਂ ਥੱਕਾਵਟ ਵਧ ਜਾਂਦੀ ਹੈ।

ਜਿਵੇਂ ਕਿਹਾ ਜਾਂਦਾ ਹੈ, "ਸ਼ੈਤਾਨ ਵੇਰਵਿਆਂ ਵਿੱਚ ਹੈ।" ਇਸ ਲਈ, ਜਿਸ ਕੰਮ 'ਤੇ ਤੁਸੀਂ ਹੁਣ ਧਿਆਨ ਦੇ ਰਹੇ ਹੋ, ਉਸ 'ਤੇ ਪੂਰਾ ਧਿਆਨ ਦਿਓ। ਜਿੰਨਾ ਜ਼ਿਆਦਾ ਤੁਸੀਂ ਇੱਕ ਕੰਮ ਤੋਂ ਦੂਜਾ ਕੰਮ ਬਦਲਦੇ ਰਹੋਗੇ, ਉਤਨਾ ਹੀ ਘੱਟ ਉਤਪਾਦਕ ਹੋਵੋਗੇ। ਜਦੋਂ ਤੁਸੀਂ ਥੱਕ ਜਾਂਦੇ ਹੋ, ਤਾਂ ਛੋਟੇ ਵੇਰਵਿਆਂ ਨੂੰ ਦੇਖਣ ਅਤੇ ਸੁਧਾਰਨ ਦੀ ਸੰਭਾਵਨਾ ਵੀ ਘੱਟ ਜਾਂਦੀ ਹੈ।

ਆਪਣੀ ਉਤਪਾਦਕਤਾ ਵਧਾਉਣ ਲਈ ਸਭ ਤੋਂ ਵਧੀਆ ਤਰੀਕਾ ਹੈ ਇੱਕ ਸਮੇਂ ਇੱਕ ਕੰਮ 'ਤੇ ਪੂਰਾ ਧਿਆਨ ਦੇਣਾ। ਮਹੱਤਵਪੂਰਨ ਕੰਮਾਂ ਨੂੰ ਘੱਟ ਧਿਆਨ ਨਹੀਂ ਮਿਲ ਸਕਦਾ—ਉਹ ਤੁਹਾਡੇ ਪੂਰੇ ਧਿਆਨ ਦੀ ਮੰਗ ਕਰਦੇ ਹਨ। ਮੰਨ ਲਓ ਕਿ ਤੁਸੀਂ ਤਿੰਨ ਕੰਮ ਕਰਨੇ ਹਨ। ਸਭ ਤੋਂ ਵਧੀਆ ਤਰੀਕਾ ਇਹ ਹੈ ਕਿ ਪਹਿਲਾ ਕੰਮ ਪੂਰੇ ਧਿਆਨ ਨਾਲ ਕਰੋ, ਫਿਰ ਦੂਜਾ ਅਤੇ ਤੀਜਾ। ਇੱਕੋ ਸਮੇਂ ਤਿੰਨ ਕੰਮ ਕਰਨ ਜਾਂ ਹਰ 5 ਮਿੰਟ ਵਿੱਚ ਧਿਆਨ ਬਦਲਣ ਨਾਲ ਲੱਗਦਾ ਹੈ ਕਿ ਤੁਸੀਂ ਉਤਪਾਦਕ ਹੋ, ਪਰ ਅਸਲ ਵਿੱਚ ਇਹ ਤੁਹਾਡੀ ਉਤਪਾਦਕਤਾ ਘਟਾਉਂਦਾ ਹੈ। ਵੱਧ ਤੋਂ ਵੱਧ ਨਤੀਜੇ ਲਈ ਇੱਕ ਕੰਮ 'ਤੇ ਧਿਆਨ ਕੇਂਦਰਿਤ ਕਰੋ ਅਤੇ ਮਨ ਨੂੰ ਉਸ ਕੰਮ ਵਿੱਚ ਪੂਰੀ ਤਰ੍ਹਾਂ ਲੱਗਣ ਦਿਓ।

ਰੁਟੀਨ

ਤੁਸੀਂ ਆਪਣੀ ਜ਼ਿੰਦਗੀ ਉਦੋਂ ਤੱਕ ਨਹੀਂ ਬਦਲ ਸਕਦੇ ਜਦ ਤੱਕ ਤੁਸੀਂ ਆਪਣੀਆਂ ਰੋਜ਼ਾਨਾ ਦੀਆਂ ਆਦਤਾਂ ਨੂੰ ਨਹੀਂ ਬਦਲਦੇ। ਤੁਹਾਡੀ ਸਫ਼ਲਤਾ ਤੁਹਾਡੇ ਹਰ ਰੋਜ਼ ਦੇ ਕੰਮਾਂ ਵਿੱਚ ਛੁਪੀ ਹੈ।

-ਜਾਨ ਸੀ ਮੈਕਸਵੈੱਲ

ਰੋਜ਼ਾਨਾ ਇੱਕ ਰੁਟੀਨ ਬਣਾਉਣੀ ਬਹੁਤ ਜ਼ਰੂਰੀ ਹੈ। ਇਸ ਤੋਂ ਬਿਨਾਂ, ਆਪਣੇ ਕੰਮ 'ਤੇ ਧਿਆਨ ਕੇਂਦਰਿਤ ਰਹਿਣਾ ਮੁਸ਼ਕਲ ਹੋਵੇਗਾ। ਕੁਝ ਦਿਨ ਤੁਸੀਂ ਪ੍ਰੇਰਿਤ ਹੋ ਕੇ ਚੰਗਾ ਕੰਮ ਕਰੋਗੇ, ਪਰ ਹਰ ਦਿਨ ਪ੍ਰੇਰਣਾ ਘੱਟ ਹੋ ਸਕਦੀ ਹੈ ਅਤੇ ਟਾਲ-ਮਟੋਲ ਹੋ ਸਕਦੀ ਹੈ।

ਇੱਕ ਪੱਕੀ ਰੁਟੀਨ ਤੁਹਾਨੂੰ ਲਗਾਤਾਰ ਕੰਮ ਕਰਨ ਵਿੱਚ ਮਦਦ ਕਰਦੀ ਹੈ। ਇਹ ਤੁਹਾਡੇ ਧਿਆਨ ਨੂੰ ਕੇਂਦ੍ਰਿਤ ਰੱਖਦੀ ਹੈ ਅਤੇ ਮਹੱਤਵਪੂਰਨ ਕੰਮ ਪੂਰੇ ਕਰਨ ਵਿੱਚ ਸਹਾਇਕ ਹੁੰਦੀ ਹੈ। ਬਿਨਾਂ ਰੁਟੀਨ ਦੇ, ਆਲਸੀ ਹੋਣਾ ਅਸਾਨ ਹੋ ਜਾਂਦਾ ਹੈ ਅਤੇ ਤੁਸੀਂ ਸਿਰਫ਼ ਅਸਾਨ ਕੰਮ ਕਰੋਗੇ, ਜਰੂਰੀ ਕੰਮਾਂ ਨੂੰ ਨਜ਼ਰਅੰਦਾਜ਼ ਕਰਦੇ ਹੋਏ।

ਤੁਸੀਂ ਜੋ ਕੁਝ ਵੀ ਰੋਜ਼ ਕਰਦੇ ਹੋ, ਉਹ ਤੁਹਾਡੇ ਭਵਿੱਖ ਨੂੰ ਬਣਾਉਂਦਾ ਹੈ। ਤੁਹਾਡਾ ਭੂਤਕਾਲ ਤੁਹਾਡੇ ਰੋਜ਼ਾਨਾ ਕੀਤੇ ਕੰਮਾਂ ਦਾ ਨਤੀਜਾ ਹੈ। ਆਪਣੇ ਆਪ ਨੂੰ ਬਦਲਣ ਲਈ, ਆਪਣੇ ਰੋਜ਼ਾਨਾ ਦੇ ਕੰਮ ਬਦਲੋ।

ਰੋਜ਼ਾਨਾ ਰੁਟੀਨ ਇਸ ਲਈ ਫ਼ਾਇਦੇਮੰਦ ਹੈ ਕਿ ਇਹ ਤੁਹਾਡੇ ਦਿਮਾਗ ਨੂੰ ਇਹ ਸੋਚਣ ਤੋਂ ਬਚਾਉਂਦੀ ਹੈ ਕਿ ਅੱਗੇ ਕੀ ਕਰਨਾ ਹੈ। ਤੁਸੀਂ ਆਪਣੀਆਂ ਜ਼ਰੂਰਤਾਂ ਅਨੁਸਾਰ ਰੁਟੀਨ ਬਣਾ ਸਕਦੇ ਹੋ, ਪਰ ਮੇਰਾ ਸੁਝਾਅ ਹੈ ਕਿ ਹੁਣੇ ਹੀ ਸ਼ੁਰੂ ਕਰੋ। ਕੱਲ੍ਹ ਨੂੰ ਦੇਖੋ ਕਿ ਕੀ ਬਿਹਤਰ ਕੀਤਾ ਜਾ ਸਕਦਾ ਸੀ ਅਤੇ ਅੱਜ ਹੀ ਰੁਟੀਨ ਨੂੰ ਅਮਲ ਵਿੱਚ ਲਿਆਓ।

ਲੀਓ ਟਾਲਸਟਾਏ ਦੀ ਰੋਜ਼ਾਨਾ ਰੁਟੀਨ ਦੀ ਜਾਣਕਾਰੀ ਹੇਠਾਂ ਦਿੱਤੀ ਹੈ:

ਲੀਓ ਟਾਲਸਟਾਏ ਦਾ ਜਨਮ 9 ਸਤੰਬਰ 1828 ਨੂੰ ਹੋਇਆ।

ਜਦੋਂ ਉਹ 18 ਸਾਲ ਦੇ ਸਨ, ਉਹਨਾਂ ਨੇ ਆਪਣਾ 'ਦੈਨਿਕ ਕਾਰਜਾਂ ਦਾ ਜਰਨਲ' ਸ਼ੁਰੂ ਕੀਤਾ। ਇਸ ਜਰਨਲ ਵਿੱਚ ਉਹ ਲਿਖਦਾ ਸੀ ਕਿ ਉਸਨੇ ਲਿਖਣ, ਪੜ੍ਹਾਈ ਜਾਂ ਹੋਰ

ਕੰਮਾਂ 'ਤੇ ਕਿੰਨਾ ਸਮਾਂ ਬਿਤਾਉਣ ਦੀ ਯੋਜਨਾ ਬਣਾਈ ਹੈ। ਫਿਰ, ਉਹ ਟਿੱਪਣੀ ਕਰਦਾ ਸੀ ਕਿ ਉਸਨੇ ਇਹ ਕੰਮ ਕਿਵੇਂ ਕੀਤਾ ਅਤੇ ਕਿੰਨਾ ਵਧੀਆ ਕੀਤਾ।

ਉਹ ਹਰ ਰੋਜ਼ ਸਵੇਰੇ 5 ਵਜੇ ਉੱਠਦਾ ਸੀ ਅਤੇ ਇੱਕ ਘੰਟਾ ਸੈਰ ਕਰਦਾ ਸੀ। ਉਸਨੂੰ ਹਰ ਰੋਜ਼ ਲਿਖਣ ਦੀ ਆਦਤ ਸੀ। ਦਿਨ ਵਿੱਚ ਉਹ ਕੁਝ ਘੰਟੇ ਸੌਂਦਾ ਸੀ। ਉਹ ਆਪਣੇ ਕੰਮ ਨੂੰ ਪੂਰੀ ਤਰ੍ਹਾਂ ਇੱਕੱਲੇ ਕਰਦਾ ਸੀ ਅਤੇ ਰਾਤ 10 ਵਜੇ ਤੋਂ ਪਹਿਲਾਂ ਸੌਂ ਜਾਂਦਾ ਸੀ।

ਉਸਦੀ ਰੁਟੀਨ ਨੇ ਉਸਦੀ ਕਾਮਯਾਬੀ ਵਿੱਚ ਮਦਦ ਕੀਤੀ ਅਤੇ ਕੋਈ ਵੀ ਇਸ ਗੱਲ ਨੂੰ ਨਹੀਂ ਮੰਨ ਸਕਦਾ ਕਿ ਉਹ ਆਪਣੇ ਸਮੇਂ ਦੇ ਮਹਾਨ ਨਾਵਲਕਾਰਾਂ ਵਿੱਚੋਂ ਇੱਕ ਬਣ ਗਿਆ।

ਤੁਹਾਨੂੰ ਕਦੋਂ ਜਾਗਣਾ ਚਾਹੀਦਾ ਹੈ?

ਤੁਸੀਂ ਜਾਗਣ ਦੇ ਸਭ ਤੋਂ ਵਧੀਆ ਸਮੇਂ ਬਾਰੇ ਕਈ ਸਲਾਹਾਂ ਪੜ੍ਹੀਆਂ ਹੋਣਗੀਆਂ। ਕਈ ਲੋਕ ਕਹਿੰਦੇ ਹਨ ਸਵੇਰੇ 4 ਤੋਂ 9 ਵਜੇ ਤੱਕ ਦਾ ਸਮਾਂ ਬਿਹਤਰ ਹੈ, ਪਰ ਇਹ ਹਰ ਕਿਸੇ ਲਈ ਵੱਖਰਾ ਹੁੰਦਾ ਹੈ। ਸਭ ਤੋਂ ਜ਼ਿਆਦਾ ਪ੍ਰਭਾਵਸ਼ਾਲੀ ਤਰੀਕਾ ਇਹ ਹੈ ਕਿ ਤੁਸੀਂ ਆਪਣੇ ਆਪ ਨੂੰ ਸੁਣੋ ਅਤੇ ਉਹ ਸਮਾਂ ਚੁਣੋ ਜੋ ਤੁਹਾਡੇ ਲਈ ਸਭ ਤੋਂ ਵਧੀਆ ਹੋਵੇ। ਕੁਝ ਲੋਕ ਸਵੇਰੇ 5 ਵਜੇ ਖ਼ੁਸ਼ੀ ਨਾਲ ਉੱਠਦੇ ਹਨ, ਜਦਕਿ ਦੂਜਿਆਂ ਨੂੰ ਜ਼ਿਆਦਾ ਨੀਂਦ ਦੀ ਲੋੜ ਹੁੰਦੀ ਹੈ ਅਤੇ ਉਹ ਸਵੇਰੇ 7 ਵਜੇ ਉੱਠਦੇ ਹਨ। ਬੇਸ਼ੱਕ, ਕਈ ਲੋਕ ਸਾਰਾ ਦਿਨ ਬਿਸਤਰੇ 'ਤੇ ਰਹਿਣਾ ਪਸੰਦ ਕਰਨਗੇ, ਪਰ ਮੇਰੀ ਸਭ ਤੋਂ ਵਧੀਆ ਸਲਾਹ ਇਹ ਹੈ ਕਿ ਉਹ ਸਮਾਂ ਨਿਰਧਾਰਤ ਕਰੋ ਜੋ ਤੁਹਾਨੂੰ ਹਰ ਦਿਨ ਜ਼ਿਆਦਾ ਲਾਭ ਉਠਾਉਣ ਵਿੱਚ ਮਦਦ ਕਰੇ।

ਇੱਕ ਪਲ ਲਈ ਰੁਕੋ ਅਤੇ ਆਪਣੇ ਆਪ ਤੋਂ ਪੁੱਛੋ: "ਮੇਰੇ ਲਈ ਉਹ ਸਵੇਰ ਦਾ ਕਿਹੜਾ ਸਮਾਂ ਹੈ ਜੋ ਮੈਨੂੰ ਸਭ ਤੋਂ ਵਧੀਆ ਕੰਮ ਕਰਨ ਅਤੇ ਆਪਣੇ ਟੀਚੇ ਪੂਰੇ ਕਰਨ ਵਿੱਚ ਮਦਦ ਕਰੇਗਾ?" ਇਹ ਕਹਿਣ ਦਾ ਬਹਾਨਾ ਨਾ ਬਣਾਓ ਕਿ ਤੁਸੀਂ ਅਰਾਮ ਕਰਨਾ ਚਾਹੁੰਦੇ ਹੋ, ਇਸ ਲਈ ਦੇਰ ਨਾਲ ਜਾਗੋ। ਤੁਸੀਂ ਆਪਣੇ ਭਵਿੱਖ ਲਈ ਚੋਣ ਕਰ ਰਹੇ ਹੋ।

ਸਹੀ ਚੋਣ ਕਰੋ, ਭਾਵੇਂ ਇਹ ਅਸਾਨ ਨਾ ਹੋਵੇ।

ਇਕੱਲੇ ਬੈਠੋ

> **"ਮਨੁੱਖਤਾ ਦੀਆਂ ਸਮੱਸਿਆਵਾਂ ਦਾ ਜ਼ਿਆਦਾਤਰ ਕਾਰਨ ਇਹ ਹੈ ਕਿ ਅਸੀਂ ਇੱਕਲੇ ਕਮਰੇ ਵਿੱਚ ਬੈਠ ਕੇ ਸੋਚਣ ਅਤੇ ਆਪਣੇ-ਆਪ ਨਾਲ ਸਮਾਂ ਬਿਤਾਉਣ ਵਿੱਚ ਅਸਮਰੱਥ ਹੁੰਦੇ ਹਾਂ।"**
>
> **~ਬਲੇਜ਼ ਪਾਸਕਲ**

ਕੀ ਤੁਸੀਂ ਕਦੇ ਇਕੱਲੇ ਬੈਠ ਕੇ ਸੋਚਿਆ ਹੈ ਕਿ ਕੁਝ ਕੰਮ ਤੁਹਾਡੀ ਜ਼ਿੰਦਗੀ ਨੂੰ ਬਿਹਤਰ ਬਣਾਉਣ ਦੀ ਬਜਾਏ ਖ਼ਰਾਬ ਕਰ ਰਹੇ ਹਨ? ਜੇ ਤੁਸੀਂ ਹਰ ਰੋਜ਼ ਸਿਰਫ 5-10 ਮਿੰਟ ਇਹ ਸੋਚਣ ਲਈ ਕੱਢਦੇ ਹੋ, ਤਾਂ ਤੁਹਾਨੂੰ ਆਪਣੀ ਜ਼ਿੰਦਗੀ ਬਾਰੇ ਬਹੁਤ ਸਪੱਸ਼ਟਤਾ ਮਿਲੇਗੀ।

ਸਾਰੀਆਂ ਭਟਕਣਾਵਾਂ ਨੂੰ ਦੂਰ ਕਰੋ

ਟ੍ਰੋਜਨ ਯੁੱਧ ਯੂਨਾਨੀਆਂ ਅਤੇ ਟਰੋਏ ਸ਼ਹਿਰ ਦੇ ਵਿਚਕਾਰ ਦਸ ਸਾਲਾਂ ਤੱਕ ਚੱਲੀ ਲੜਾਈ ਸੀ। ਆਖ਼ਿਰਕਾਰ, ਯੂਨਾਨੀਆਂ ਨੇ ਜੰਗ ਜਿੱਤਣ ਲਈ ਮਸ਼ਹੂਰ ਟਰੋਜਨ ਘੋੜੇ ਦਾ ਉਪਯੋਗ ਕੀਤਾ। ਉਨ੍ਹਾਂ ਨੇ ਇੱਕ ਵੱਡਾ ਲੱਕੜ ਦਾ ਘੋੜਾ ਬਣਾਇਆ ਜੋ ਅੰਦਰੋਂ ਖ਼ਾਲੀ ਸੀ ਅਤੇ ਆਪਣੀ ਫ਼ੌਜ਼ ਨੂੰ ਅੰਦਰ ਛੁਪਾ ਕੇ ਟਰੋਜਨ ਦੇ ਦਰਵਾਜ਼ਿਆਂ ਦੇ ਬਾਹਰ ਛੱਡ ਦਿੱਤਾ।

ਟਰੋਜਨਾਂ ਨੇ ਸੋਚਿਆ ਕਿ ਯੂਨਾਨੀ ਹਾਰ ਗਏ ਹਨ ਅਤੇ ਘੋੜੇ ਨੂੰ ਤੋਹਫ਼ੇ ਵਜੋਂ ਦੇ ਕੇ ਗਏ ਹਨ। ਉਹ ਘੋੜੇ ਨੂੰ ਸ਼ਹਿਰ ਦੇ ਅੰਦਰ ਲੈ ਗਏ ਅਤੇ ਆਪਣੀ ਜਿੱਤ ਦਾ ਜਸ਼ਨ ਮਨਾਉਣ ਲੱਗੇ। ਰਾਤ ਨੂੰ, ਯੂਨਾਨੀ ਫ਼ੌਜ਼ ਦੇ ਸਭ ਤੋਂ ਸ਼ਕਤੀਸ਼ਾਲੀ ਯੋਧੇ, ਜੋ ਘੋੜੇ ਦੇ ਅੰਦਰ ਲੁਕੇ ਹੋਏ ਸਨ, ਬਾਹਰ ਆ ਗਏ। ਉਨ੍ਹਾਂ ਨੇ ਆਪਣੇ ਸਾਥੀਆਂ ਲਈ ਦਰਵਾਜ਼ੇ ਖੋਲ੍ਹ ਦਿੱਤੇ ਜੋ ਅੰਦਰ ਆਏ ਅਤੇ ਟਰੋਜਨ ਸ਼ਹਿਰ ਯੂਨਾਨੀਆਂ ਦੇ ਹੱਥਾਂ ਵਿੱਚ ਆ ਗਿਆ।

ਭਟਕਣਾ ਨੂੰ ਟਰੋਜਨ ਘੋੜੇ ਵਾਂਗ ਸਮਝੋ। ਇਹ ਤੁਹਾਡਾ ਧਿਆਨ ਖ਼ਤਮ ਕਰ ਦਿੰਦੀ ਹੈ ਅਤੇ ਤੁਹਾਨੂੰ ਕੰਮ ਤੋਂ ਭਟਕਾ ਦਿੰਦੀ ਹੈ। ਛੋਟੀਆਂ ਭਟਕਣਾ ਤੋਂ ਸਾਵਧਾਨ ਰਹੋ। ਇਹ ਮਹਿੰਗੀਆਂ ਪੈ ਸਕਦੀਆਂ ਪੈ ਸਕਦੀਆਂ ਹਨ। ਜਿਵੇਂ ਕੋਈ ਚੀਜ਼ ਤੁਹਾਨੂੰ 2 ਮਿੰਟ ਲਈ ਭਟਕਾਏ, ਤਾਂ ਅਸਲ ਵਿੱਚ 10 ਮਿੰਟ ਲਗ ਜਾਂਦੇ ਹਨ ਕਿਉਂਕਿ ਧਿਆਨ ਮੁੜ ਕੇਂਦਰਿਤ ਕਰਨ ਵਿੱਚ ਸਮਾਂ ਲੱਗਦਾ ਹੈ।

ਐਪਸ ਡਿਲੀਟ ਕਰੋ

ਸਾਡੇ ਫੋਨ ਵਿੱਚ ਐਪਸ ਹੁੰਦੀਆਂ ਹਨ ਜੋ ਬਹੁਤ ਵਾਰੀ ਸਾਡਾ ਧਿਆਨ ਭਟਕਾਉਂਦੀਆਂ ਹਨ। ਅਸੀਂ ਨੋਟੀਫਿਕੇਸ਼ਨ ਚੈੱਕ ਕਰਨ, ਸੋਸ਼ਲ ਮੀਡੀਆ ਵੇਖਣ ਅਤੇ ਦੁਨੀਆ ਦੀਆਂ ਖਬਰਾਂ ਲਈ ਇੰਨਾ ਸਮਾਂ ਬਿਤਾਉਂਦੇ ਹਾਂ ਕਿ ਇਹ ਆਦਤ ਬਣ ਜਾਂਦੀ ਹੈ। ਦਿਨ ਭਰ ਹਰ ਮਿੰਟ ਔਨਲਾਈਨ ਰਹਿਣਾ ਮੁਸ਼ਕਲ ਹੋ ਜਾਂਦਾ ਹੈ ਅਤੇ ਇਸ ਤਰ੍ਹਾਂ ਬਹੁਤ ਸਮਾਂ ਬਰਬਾਦ ਹੁੰਦਾ ਹੈ।

ਜੇਕਰ ਤੁਹਾਡੇ ਫੋਨ 'ਤੇ ਐਪਸ ਹਨ ਜੋ ਤੁਹਾਡਾ ਧਿਆਨ ਭਟਕਾਉਂਦੀਆਂ ਹਨ, ਤਾਂ ਉਹਨਾਂ ਨੂੰ ਹਮੇਸ਼ਾ ਲਈ ਹਟਾ ਦਿਓ। ਮੇਰੀ ਸਲਾਹ ਹੈ ਕਿ ਜਿਹੜੀਆਂ ਵੀ ਐਪਸ ਤੁਹਾਡਾ ਧਿਆਨ ਭਟਕਾਉਂਦੀਆਂ ਹਨ, ਉਹ ਹਟਾ ਦਿਓ। ਬਹੁਤ ਲੋਕਾਂ ਲਈ ਇਹ ਗੇਮਜ ਹੋ ਸਕਦੀਆਂ ਹਨ। ਇੱਕ ਵਾਰੀ ਗੇਮ ਖੋਲ੍ਹੀ ਤਾਂ 15 ਮਿੰਟ ਬਿਨਾਂ ਸਮਝੇ ਹੀ ਬਰਬਾਦ ਹੋ ਜਾਂਦੇ ਹਨ। ਮੈਂ ਇਹ ਨਹੀਂ ਕਹਿ ਰਿਹਾ ਕਿ ਅਰਾਮ ਕਰਨਾ ਖ਼ਰਾਬ ਹੈ—ਹਰ ਕਿਸੇ ਨੂੰ ਸ਼ਾਂਤ ਹੋਣ ਲਈ ਸਮਾਂ ਚਾਹੀਦਾ ਹੈ—ਪਰ ਵੀਡੀਓ ਗੇਮਜ ਅਰਾਮ ਲਈ ਨਹੀਂ ਬਣਾਈਆਂ ਗਈਆਂ। ਇਹ ਤੁਹਾਡੀ ਊਰਜਾ ਖ਼ਤਮ ਕਰ ਦਿੰਦੀਆਂ ਹਨ ਅਤੇ ਤੁਹਾਨੂੰ ਹੋਰ ਵੀ ਥਕਾ ਦਿੰਦੀਆਂ ਹਨ। ਅਰਾਮ ਦੇ ਹੋਰ ਬਿਹਤਰ ਤਰੀਕੇ ਹਨ।

ਮੇਰੀ ਸਲਾਹ ਇਹ ਹੈ: ਆਪਣੇ ਫੋਨ ਵਿੱਚ ਜਾਓ ਅਤੇ ਉਹ ਸਾਰੀਆਂ ਐਪਸ ਅਤੇ ਗੇਮਜ ਵੇਖੋ ਜਿਨ੍ਹਾਂ 'ਤੇ ਤੁਸੀਂ ਬੇਵਜ੍ਹਾ ਸਮਾਂ ਗੁਆਉਂਦੇ ਹੋ। ਫਿਰ, ਉਹਨਾਂ ਨੂੰ ਹਟਾ ਦਿਓ। ਜੇ ਤੁਹਾਨੂੰ ਬਾਅਦ ਵਿੱਚ ਲੋੜ ਪਏ, ਤਾਂ ਦੁਬਾਰਾ ਡਾਊਨਲੋਡ ਕਰ ਸਕਦੇ ਹੋ।

ਇਹ ਸਧਾਰਨ ਕੰਮ ਹਰ ਰੋਜ਼ ਤੁਹਾਡੇ ਘੱਟੋ-ਘੱਟ 30 ਮਿੰਟ ਬਚਾਉਂਦਾ ਹੈ ਅਤੇ ਕੁਝ ਲੋਕਾਂ ਲਈ ਤਾਂ ਘੰਟੇ ਵੀ ਬਚ ਸਕਦੇ ਹਨ।

“ਨਾਂ” ਕਹਿਣਾ ਸਿੱਖੋ

"ਜ਼ਿੰਦਗੀ ਦੀਆਂ ਬਹੁਤ ਸਾਰੀਆਂ ਮੁਸ਼ਕਲਾਂ ਇਸ ਗੱਲ ਨਾਲ ਜੁੜੀਆਂ ਹਨ ਕਿ ਅਸੀਂ ਕਦੇ 'ਹਾਂ' ਕਹਿ ਦਿੰਦੇ ਹਾਂ ਅਤੇ ਕਦੇ 'ਨਹੀਂ'।"

~ਜੋਸ਼ ਬਿਲਿੰਗਸ

ਜੇ ਤੁਸੀਂ ਆਪਣੀ ਜ਼ਿੰਦਗੀ ਅਤੇ ਸਮੇਂ 'ਤੇ ਵਧੇਰੇ ਕੰਟਰੋਲ ਚਾਹੁੰਦੇ ਹੋ, ਤਾਂ ਸਿੱਖੋ ਕਿ ਕਦੋਂ ਅਤੇ ਕਿਵੇਂ "ਨਹੀਂ" ਕਹਿਣਾ ਹੈ। ਬਹੁਤ ਵਾਰ ਅਸੀਂ "ਹਾਂ" ਕਹਿੰਦੇ ਹਾਂ, ਭਾਵੇਂ ਮਨ ਨਹੀਂ ਹੁੰਦਾ, ਸਿਰਫ਼ ਇਸ ਲਈ ਕਿ ਦੂਜੇ ਨੂੰ ਦੁੱਖ ਨਾ ਪਹੁੰਚੇ। ਪਰ ਤੁਹਾਡੇ ਕੋਲ ਸਮਾਂ ਅਤੇ ਊਰਜਾ ਸੀਮਿਤ ਹੁੰਦੀ ਹੈ। ਹਰ ਮੌਕੇ 'ਤੇ "ਹਾਂ" ਕਹਿਣਾ ਬਹੁਤ ਜਲਦੀ ਬੋਝ ਬਣ ਸਕਦਾ ਹੈ। ਇਸ ਲਈ, ਜਦੋਂ ਲੋੜ ਹੋਵੇ "ਨਹੀਂ" ਕਹਿਣਾ ਠੀਕ ਹੈ। ਇਹ ਤੁਹਾਡੇ ਲਈ ਆਪਣੇ ਸਮੇਂ ਨੂੰ ਵਾਪਸ ਲੈਣ ਦਾ ਸਭ ਤੋਂ ਵਧੀਆ ਤਰੀਕਾ ਹੈ।

ਸਾਨੂੰ ਉਹਨਾਂ ਬੇਨਤੀਆਂ 'ਤੇ "ਨਹੀਂ" ਕਹਿਣਾ ਸਿੱਖਣਾ ਚਾਹੀਦਾ ਹੈ ਜਿਨ੍ਹਾਂ ਵਿੱਚ ਸਾਡੀ ਦਿਲਚਸਪੀ ਨਹੀਂ ਹੈ। ਕਿਉਂਕਿ ਜੇ ਅਸੀਂ ਹਰ ਗੱਲ 'ਤੇ ਹਾਂ ਕਹਿ ਦਿੰਦੇ ਹਾਂ, ਤਾਂ ਅਸੀਂ ਕੁਝ ਵੀ ਵਧੀਆ ਨਹੀਂ ਕਰ ਸਕਾਂਗੇ।

ਇੱਥੇ ਸਟੀਵ ਜੌਬਜ ਦਾ ਇੱਕ ਮਸ਼ਹੂਰ ਹਵਾਲਾ ਹੈ:

> **ਲੋਕ ਸੋਚਦੇ ਹਨ ਕਿ ਧਿਆਨ ਕੇਂਦਰਿਤ ਕਰਨ ਦਾ ਮਤਲਬ ਹੈ ਕਿ ਜਿਸ ਕੰਮ 'ਤੇ ਤੁਸੀਂ ਧਿਆਨ ਦੇ ਰਹੇ ਹੋ, ਉਸ ਲਈ ਹਾਂ ਕਹਿਣਾ। ਪਰ ਅਸਲ ਵਿੱਚ ਅਜਿਹਾ ਨਹੀਂ ਹੈ। ਇਸਦਾ ਮਤਲਬ ਹੈ ਬਾਕੀ ਸਾਰੇ ਵਿਕਲਪਾਂ ਨੂੰ "ਨਹੀਂ" ਕਹਿਣਾ। ਤੁਹਾਨੂੰ ਸੋਚ-ਵਿਚਾਰ ਕਰਕੇ ਚੁਣਨਾ ਪਵੇਗਾ। ਅਸਲੀ ਨਵੀਨਤਾ ਇਹ ਹੈ ਕਿ 1,000 ਚੀਜ਼ਾਂ 'ਤੇ "ਨਹੀਂ" ਕਹਿਣਾ।**

ਹਰ ਵੇਲੇ (24/7)
ਕੰਮ ਨਾ ਕਰੋ

"20 ਸਾਲ ਬਾਅਦ, ਸਿਰਫ਼ ਤੁਹਾਡੇ ਬੱਚੇ ਹੀ ਯਾਦ ਰੱਖਣਗੇ ਕਿ ਤੁਸੀਂ ਬਹੁਤ ਦੇਰ ਤੱਕ ਕੰਮ ਕਰਦੇ ਰਹੇ।"

– ਸਾਹਿਲ ਬਲੂਮ

ਉਤਪਾਦਕ ਹੋਣ ਦਾ ਮਤਲਬ ਇਹ ਨਹੀਂ ਕਿ ਤੁਸੀਂ ਜ਼ਿਆਦਾ ਘੰਟੇ ਕੰਮ ਕਰੋ। ਬਜਾਏ ਇਸਦੇ, ਮਕਸਦ ਇਹ ਹੈ ਕਿ ਤੁਸੀਂ ਆਪਣਾ ਕੰਮ ਘੱਟ ਸਮੇਂ ਵਿੱਚ ਪੂਰਾ ਕਰੋ ਤਾਂ ਜੋ ਆਪਣੇ ਦੋਸਤਾਂ ਅਤੇ ਪਰਿਵਾਰ ਨਾਲ ਜ਼ਿਆਦਾ ਸਮਾਂ ਬਿਤਾ ਸਕੋ। ਜੇ ਤੁਸੀਂ ਬਹੁਤ ਲੰਮੇ ਸਮੇਂ ਤੱਕ ਕੰਮ ਕਰੋਗੇ, ਤਾਂ ਇਹ ਤੁਹਾਡੀ ਰਚਨਾਤਮਕਤਾ ਅਤੇ ਉਤਪਾਦਕਤਾ ਦੋਹਾਂ ਨੂੰ ਘਟਾ ਦੇਵੇਗਾ। ਦਫ਼ਤਰ ਵਿੱਚ ਹਰ ਰੋਜ਼ 12 ਘੰਟੇ ਬਿਤਾਉਣਾ ਅਤੇ ਆਪਣੀ ਜ਼ਿੰਦਗੀ ਦੇ ਬਾਕੀ ਹਿੱਸਿਆਂ ਨੂੰ ਨਜ਼ਰਅੰਦਾਜ਼ ਕਰਨਾ ਸਹੀ ਨਹੀਂ ਹੈ। ਕਈ ਵਾਰੀ ਇਹ ਜ਼ਰੂਰੀ ਹੋ ਸਕਦਾ ਹੈ, ਪਰ ਹਰ ਵੇਲੇ ਨਹੀਂ।

ਉਤਪਾਦਕਤਾ ਇਹ ਦੇਖ ਕੇ ਮਾਪਣੀ ਚਾਹੀਦੀ ਹੈ ਕਿ ਅਸੀਂ ਕਿੰਨਾ ਕੰਮ ਕਰਦੇ ਹਾਂ, ਨਾ ਕਿ ਅਸੀਂ ਕਿੰਨਾ ਸਮਾਂ ਦਫ਼ਤਰ ਵਿੱਚ ਬਿਤਾਉਂਦੇ ਹਾਂ। ਬਹੁਤ ਸਾਰੇ ਲੋਕ ਆਪਣੇ ਹੰਕਾਰ ਨੂੰ ਸੰਤੁਸ਼ਟ ਕਰਨ ਲਈ ਬਿਨਾ ਜ਼ਰੂਰਤ ਦੇ ਲੰਮਾ ਸਮਾਂ ਦਫ਼ਤਰ ਵਿੱਚ ਬਿਤਾਉਂਦੇ ਹਨ।

ਜੇਕਰ ਤੁਸੀਂ ਬਹੁਤ ਕੰਮ ਕਰ ਰਹੇ ਹੋ ਪਰ ਆਪਣੇ ਮੁੱਖ ਟੀਚਿਆਂ ਨੂੰ ਹਾਸਲ ਨਹੀਂ ਕਰ ਰਹੇ, ਤਾਂ ਸੰਭਾਵਨਾ ਹੈ ਕਿ ਤੁਸੀਂ ਜ਼ਰੂਰੀ ਕੰਮਾਂ ਤੋਂ ਬਚ ਰਹੇ ਹੋ ਅਤੇ ਘੱਟ ਮਹੱਤਵਪੂਰਨ ਕੰਮ ਕਰ ਰਹੇ ਹੋ। ਇਹ ਛੋਟੇ ਕੰਮ ਤੁਹਾਨੂੰ ਅਸਲ ਮਹੱਤਵਪੂਰਨ ਕੰਮ ਕਰਨ ਤੋਂ ਭਟਕਾ ਰਹੇ ਹਨ। ਇਹ ਟਾਲ-ਮਟੋਲ ਦਾ ਇੱਕ ਰੂਪ ਹੈ, ਜਿਸ ਕਰਕੇ ਤੁਸੀਂ ਉਹ ਨਤੀਜੇ ਨਹੀਂ ਪਾ ਸਕਦੇ ਜੋ ਚਾਹੁੰਦੇ ਹੋ।

ਕਈ ਲੋਕ ਜਾਣਬੁੱਝ ਕੇ ਇਹ ਕਰਦੇ ਹਨ। ਕਿਉਂਕਿ ਮੁਸ਼ਕਲ ਕੰਮ ਕਰਨੇ ਔਖੇ ਹੁੰਦੇ ਹਨ, ਉਹ ਅਸਾਨ ਕੰਮ ਕਰਨਾ ਸ਼ੁਰੂ ਕਰਦੇ ਹਨ ਜੋ ਉਨ੍ਹਾਂ ਨੂੰ ਬਿਜ਼ੀ ਦਿਖਾਉਂਦੇ ਹਨ।

ਘੱਟ ਹੀ ਜ਼ਿਆਦਾ ਹੈ

ਜੇਕਰ ਤੁਸੀਂ ਬਹੁਤ ਮਿਹਨਤ ਕਰ ਰਹੇ ਹੋ ਪਰ ਆਪਣੇ ਟੀਚਿਆਂ ਨੂੰ ਹਾਸਲ ਨਹੀਂ ਕਰ ਰਹੇ, ਤਾਂ ਇਸਦੇ ਦੋ ਕਾਰਨ ਹੋ ਸਕਦੇ ਹਨ:

1. ਸੰਭਵ ਹੈ ਕਿ ਤੁਸੀਂ ਜਿੰਨੀ ਮਿਹਨਤ ਸੋਚਦੇ ਹੋ, ਉਹ ਨਹੀਂ ਕਰ ਰਹੇ। ਸ਼ਾਇਦ ਤੁਸੀਂ ਵਧੇਰੇ ਸਮਾਂ ਟਾਲ-ਮਟੋਲ ਕਰ ਰਹੇ ਹੋ ਅਤੇ ਉਤਪਾਦਕ ਨਹੀਂ ਹੋ।
2. ਸੰਭਵ ਹੈ ਕਿ ਤੁਸੀਂ ਗ਼ਲਤ ਕੰਮਾਂ 'ਤੇ ਧਿਆਨ ਦੇ ਰਹੇ ਹੋ। ਸ਼ਾਇਦ ਤੁਸੀਂ ਘੱਟ ਮਹੱਤਵਪੂਰਨ ਕੰਮਾਂ 'ਤੇ ਜ਼ਿਆਦਾ ਸਮਾਂ ਖ਼ਰਚ ਕਰ ਰਹੇ ਹੋ ਜੋ ਜ਼ਿਆਦਾ ਮਾਇਨੇ ਨਹੀਂ ਰੱਖਦਾ। ਤੁਸੀਂ ਆਪਣਾ ਜ਼ਿਆਦਾਤਰ ਸਮਾਂ ਅਸਾਨ ਕੰਮਾਂ 'ਤੇ ਬਿਤਾ ਰਹੇ ਹੋ ਅਤੇ ਮਹੱਤਵਪੂਰਨ ਅਤੇ ਚੁਣੌਤੀਪੂਰਨ ਕੰਮਾਂ ਤੋਂ ਦੂਰ ਰਹਿ ਰਹੇ ਹੋ।

ਤੁਸੀਂ ਜੋ ਵੀ ਕੰਮ ਕਰਦੇ ਹੋ, ਉਸਦਾ ਕੋਈ ਨਾ ਕੋਈ ਮੁੱਲ ਹੁੰਦਾ ਹੈ। ਪਰ ਕੁਝ ਕੰਮ ਦੂਜਿਆਂ ਨਾਲੋਂ ਵੱਧ ਮਹੱਤਵਪੂਰਨ ਹੁੰਦੇ ਹਨ। ਇਸ ਲਈ ਇਹ ਜ਼ਰੂਰੀ ਹੈ ਕਿ ਘੱਟ ਮਹੱਤਵਪੂਰਨ ਕੰਮਾਂ ਤੋਂ ਧਿਆਨ ਨਾ ਭਟਕੇ ਅਤੇ ਆਪਣਾ ਜ਼ਿਆਦਾ ਸਮਾਂ ਉਹ ਕੰਮ ਕਰਨ ਵਿੱਚ ਲਗਾਓ ਜੋ ਸੱਚਮੁੱਚ ਮਹੱਤਵਪੂਰਨ ਹਨ।

ਨਤੀਜੇ ਦਿਓ, ਰੁਝੇਵੇਂ ਨਹੀਂ

> **"ਜੇਕਰ ਪੌੜੀ ਸਹੀ ਕੰਧ ਨਾਲ ਨਹੀਂ ਲੱਗੀ, ਤਾਂ ਹਰ ਕਦਮ ਜੋ ਤੁਸੀਂ ਚੁੱਕਦੇ ਹੋ, ਉਹ ਤੁਹਾਨੂੰ ਗ਼ਲਤ ਦਿਸ਼ਾ ਵੱਲ ਲੈ ਕੇ ਜਾ ਸਕਦਾ ਹੈ।"**
>
> ***~ਸਟੀਫਨ ਕੋਵੇ***

ਜੇ ਤੁਸੀਂ ਗ਼ਲਤ ਕੰਮਾਂ 'ਤੇ ਧਿਆਨ ਦੇ ਰਹੇ ਹੋ, ਤਾਂ ਦਿਨ ਦੇ 12 ਘੰਟੇ ਕੰਮ ਕਰਨ ਦਾ ਕੋਈ ਫ਼ਾਇਦਾ ਨਹੀਂ। ਤੁਹਾਨੂੰ ਉਹ ਕੰਮ ਕਰਨੇ ਚਾਹੀਦੇ ਹਨ ਜੋ ਤੁਹਾਨੂੰ ਆਪਣੇ ਟੀਚਿਆਂ ਵੱਲ ਲੈ ਜਾਣ। ਅੱਧੀ ਉਚਾਈ ਤੱਕ ਪਹੁੰਚ ਕੇ ਦੇਖੋ, ਫਿਰ ਮਹਿਸੂਸ ਕਰੋਗੇ ਕਿ ਤੁਸੀਂ ਗ਼ਲਤ ਪੌੜੀ ਚੜ੍ਹ ਰਹੇ ਸੀ। ਆਪਣੇ ਸੁਪਨਿਆਂ ਲਈ ਕੰਮ ਕਰੋ, ਦੂਜਿਆਂ ਲਈ ਨਹੀਂ।

ਉਤਪਾਦਕ ਬਣੋ, ਫਿਕਰਮੰਦ ਨਹੀਂ। ਸਿਰਫ਼ ਫਿਕਰਮੰਦ ਰਹਿਣ ਨਾਲ ਕੋਈ ਲਾਭ ਨਹੀਂ। ਆਪਣੀ ਊਰਜਾ ਉਹਨਾਂ ਕੰਮਾਂ ਵਿੱਚ ਲਗਾਓ ਜੋ ਤੁਹਾਨੂੰ ਆਪਣੇ ਟੀਚਿਆਂ ਵੱਲ ਲੈ ਜਾਵੇ, ਨਾ ਕਿ ਉਹਨਾਂ ਕੰਮਾਂ ਵਿੱਚ ਜੋ ਤੁਹਾਨੂੰ ਅੱਗੇ ਵਧਣੋਂ ਰੋਕਦੇ ਹਨ।

ਇੰਤਜ਼ਾਰ ਕਰਨ ਦੀ
ਆਦਤ ਛੱਡੋ

ਸਿਆਣਪ ਇਹ ਸਮਝਣਾ ਹੈ ਕਿ ਅੱਗੇ ਕੀ ਕਰਨਾ ਚਾਹੀਦਾ ਹੈ, ਹੁਨਰ ਇਹ ਜਾਣਨਾ ਹੈ ਕਿ ਉਸਨੂੰ ਕਿਵੇਂ ਕਰਨਾ ਹੈ,ਅਤੇ ਨੇਕੀ ਇਹ ਹੈ ਉਸ ਕੰਮ ਨੂੰ ਅਸਲ ਵਿੱਚ ਕਰਨਾ ਹੈ।

– ਡੇਵਿਡ ਸਟਾਰ ਜੌਰਡਨ

ਜ਼ਿਆਦਾਤਰ ਲੋਕ ਕਾਮਯਾਬ ਨਹੀਂ ਹੁੰਦੇ ਕਿਉਂਕਿ ਉਹ ਹਮੇਸ਼ਾ "ਸਹੀ ਸਮੇਂ" ਦੀ ਉਡੀਕ ਕਰਦੇ ਹਨ। ਪਰ ਸੱਚ ਇਹ ਹੈ ਕਿ ਸਹੀ ਸਮਾਂ ਕਦੇ ਨਹੀਂ ਆਉਂਦਾ। ਸਭ ਤੋਂ ਵਧੀਆ ਸਮਾਂ ਹੁਣ ਹੈ। ਤੁਸੀਂ ਅੱਜ ਸ਼ੁਰੂ ਕਰਕੇ ਤਰੱਕੀ ਕਰ ਸਕਦੇ ਹੋ, ਜਾਂ ਫਿਰ ਉਡੀਕ ਕਰਦੇ ਰਹੋ ਅਤੇ ਆਪਣੇ ਆਪ ਨੂੰ ਝੂਠਾ ਦਿਲਾਸਾ ਦਿੰਦੇ ਰਹੋ ਕਿ ਇੱਕ ਦਿਨ ਸਹੀ ਸਮਾਂ ਆਵੇਗਾ।

ਤੁਸੀਂ ਇਹ ਸੋਚ ਮਨੋਂ ਕੱਢ ਦਿਓ ਕਿ ਇੱਕ ਦਿਨ ਬਿਨਾਂ ਮਿਹਨਤ ਕੀਤੇ ਤੁਹਾਡਾ ਸਮਾਂ ਆ ਜਾਵੇਗਾ। ਇਹ ਕਦੇ ਨਹੀਂ ਹੁੰਦਾ। ਆਪਣੇ ਟੀਚਿਆਂ ਨੂੰ ਪਾਉਣ ਲਈ ਸਖ਼ਤ ਮਿਹਨਤ ਕਰਨੀ ਪੈਂਦੀ ਹੈ। ਕੋਈ ਵੀ ਸਫ਼ਲ ਵਿਅਕਤੀ ਐਸਾ ਨਹੀਂ ਜੋ ਸਿਰਫ਼ "ਸਹੀ ਸਮੇਂ" ਦੀ ਉਡੀਕ ਕਰਦਾ ਰਹੇ।

ਹਾਂ, ਕੁਝ ਟੀਚਿਆਂ ਨੂੰ ਪੂਰਾ ਕਰਨ ਲਈ ਸਮਾਂ ਲੱਗਦਾ ਹੈ ਅਤੇ ਚਾਹੇ ਤੁਸੀਂ ਕਿੰਨੀ ਵੀ ਮਿਹਨਤ ਕਰੋ, ਉਹ ਜਲਦੀ ਨਹੀਂ ਮਿਲ ਸਕਦੇ। ਪਰ ਇਸਦਾ ਇਹ ਮਤਲਬ ਨਹੀਂ ਕਿ ਤੁਸੀਂ ਕੋਸ਼ਿਸ਼ ਹੀ ਨਾ ਕਰੋ ਅਤੇ ਸਿਰਫ਼ ਚਮਤਕਾਰ ਦੀ ਉਡੀਕ ਕਰੋ।

ਆਲਸ ਅਤੇ ਧੀਰਜ ਨੂੰ ਇਕੋ ਨਾ ਸਮਝੋ; ਦੋਵੇਂ ਵੱਖ ਹਨ। ਜੇਕਰ ਤੁਸੀਂ ਹਰ ਰੋਜ਼ ਮਿਹਨਤ ਕਰਦੇ ਹੋ, ਤਾਂ ਧੀਰਜ ਤੁਹਾਨੂੰ ਸਹੀ ਸਮੇਂ ਤੇ ਨਤੀਜੇ ਜ਼ਰੂਰ ਦੇਵੇਗਾ।

ਮਹਾਨ ਧੀਰਜ ਦੀ ਕਹਾਣੀ

ਇੱਕ ਕਿਸਾਨ ਨੇ ਬਾਂਸ ਦਾ ਪੌਦਾ ਲਾਇਆ। ਉਹ ਹਰ ਰੋਜ਼ ਉਸਨੂੰ ਪਾਣੀ ਦਿੰਦਾ ਰਿਹਾ, ਪਰ ਇੱਕ ਸਾਲ ਤੱਕ ਕੋਈ ਨਤੀਜਾ ਨਾ ਮਿਲਿਆ। ਨਾ ਵਾਧਾ, ਨਾ ਹਰੀਅ◌ਾਲੀ। ਦੂਜੇ, ਤੀਜੇ,

ਚੌਥੇ ਸਾਲ ਵੀ ਕੁਝ ਨਹੀਂ ਹੋਇਆ। ਉਸਦਾ ਧੀਰਜ ਘਟਣ ਲੱਗਾ, ਪਰ ਉਹ ਪਾਣੀ ਦਿੰਦਾ ਰਿਹਾ। ਪੰਜਵੇਂ ਸਾਲ, ਜਦੋਂ ਉਹ ਹਾਰ ਮਨਾਉਣ ਵਾਲਾ ਸੀ, ਉਸਨੇ ਇੱਕ ਛੋਟਾ ਅੰਕੁਰ ਦੇਖਿਆ। ਕੁਝ ਹੀ ਹਫ਼ਤਿਆਂ ਵਿੱਚ ਬਾਂਸ 60 ਫੁੱਟ ਉੱਚਾ ਹੋ ਗਿਆ!

ਇਹ ਕਹਾਣੀ ਸਾਨੂੰ ਧੀਰਜ ਅਤੇ ਮਿਹਨਤ ਦੀ ਸਿੱਖਿਆ ਦਿੰਦੀ ਹੈ। ਜ਼ਿੰਦਗੀ ਵਿੱਚ ਵੀ ਸਫ਼ਲਤਾ ਤੁਰੰਤ ਨਹੀਂ ਮਿਲਦੀ। ਇਸ ਲਈ ਸਮਾਂ ਅਤੇ ਮਿਹਨਤ ਦੋਵੇਂ ਲੱਗਦੇ ਹਨ। ਪਰ ਇਸਦਾ ਮਤਲਬ ਇਹ ਨਹੀਂ ਕਿ ਬੈਠੇ ਰਹੋ। ਜਿਵੇਂ ਕਿਸਾਨ ਨੇ ਬੀਜ ਬੋਇਆ, ਪਾਣੀ ਦਿੱਤਾ ਅਤੇ ਸਬਰ ਕੀਤਾ, ਉਸੇ ਤਰ੍ਹਾਂ ਸਾਨੂੰ ਵੀ ਆਪਣੀ ਮਿਹਨਤ ਜਾਰੀ ਰੱਖਣੀ ਪੈਂਦੀ ਹੈ।

ਕਾਰਵਾਈ ਵਿੱਚ ਤੇਜ਼, ਪਰ ਨਤੀਜਿਆਂ ਵਿੱਚ ਧੀਰਜ ਵਾਲਾ।

ਜ਼ੈਨ ਦਾ ਇੱਕ ਵਿਦਿਆਰਥੀ ਆਪਣੇ ਅਧਿਆਪਕ ਕੋਲ ਗਿਆ ਅਤੇ ਗੰਭੀਰਤਾ ਨਾਲ ਪੁੱਛਿਆ, "ਮੈਂ ਜ਼ੈਨ ਸਿੱਖਣ ਲਈ ਸਮਰਪਿਤ ਹਾਂ। ਮੈਨੂੰ ਇਸ ਵਿੱਚ ਕਿੰਨਾ ਸਮਾਂ ਲੱਗੇਗਾ?"

ਅਧਿਆਪਕ ਨੇ ਕਿਹਾ, "10 ਸਾਲ।"

ਵਿਦਿਆਰਥੀ ਨੇ ਉਤਸ਼ਾਹ ਨਾਲ ਪੁੱਛਿਆ, "ਪਰ ਮੈਂ ਇਸਨੂੰ ਤੇਜ਼ੀ ਨਾਲ ਸਿੱਖਣਾ ਚਾਹੁੰਦਾ ਹਾਂ। ਮੈਂ ਹਰ ਰੋਜ਼ 10 ਘੰਟੇ ਜਾਂ ਜ਼ਿਆਦਾ ਅਭਿਆਸ ਕਰਾਂਗਾ। ਫਿਰ ਕਿੰਨਾ ਸਮਾਂ ਲੱਗੇਗਾ?"

ਅਧਿਆਪਕ ਨੇ ਜਵਾਬ ਦੇਣ ਤੋਂ ਪਹਿਲਾਂ ਸੋਚਿਆ, "20 ਸਾਲ।"

ਇਸਦਾ ਮਤਲਬ ਇਹ ਹੈ ਕਿ ਤੁਹਾਡੇ ਨਤੀਜੇ ਤੇ ਤੁਹਾਡਾ ਕੰਟਰੋਲ ਨਹੀਂ ਹੁੰਦਾ। ਤੁਸੀਂ ਸਿਰਫ਼ ਆਪਣੇ ਕੰਮ ਤੇ ਆਪਣੀ ਕੋਸ਼ਿਸ਼ ਨੂੰ ਕੰਟਰੋਲ ਕਰ ਸਕਦੇ ਹੋ। ਬਹੁਤ ਸਾਰੇ ਲੋਕ ਸਖ਼ਤ ਮਿਹਨਤ ਕਰਦੇ ਸਮੇਂ ਤੁਰੰਤ ਨਤੀਜੇ ਚਾਹੁੰਦੇ ਹਨ, ਪਰ ਅਕਸਰ ਇਹ ਨਹੀਂ ਹੁੰਦਾ। ਨਤੀਜੇ ਪ੍ਰਾਪਤ ਕਰਨ ਲਈ ਸਾਲਾਂ ਦੀ ਮਿਹਨਤ ਲੱਗ ਸਕਦੀ ਹੈ, ਇਸ ਲਈ ਤੁਹਾਨੂੰ ਧੀਰਜ ਰੱਖਣਾ ਪਵੇਗਾ। ਇਹ ਮਤਲਬ ਨਹੀਂ ਕਿ ਤੁਹਾਨੂੰ ਕੰਮ ਕਰਨਾ ਬੰਦ ਕਰ ਦੇਣਾ ਚਾਹੀਦਾ ਹੈ। ਕੰਮ ਕਰੋ, ਪਰ ਨਤੀਜਿਆਂ ਦੀ ਉਡੀਕ ਸਬਰ ਨਾਲ ਕਰੋ।

> ***"ਜਿਹੜਾ ਵਿਅਕਤੀ ਧੀਰਜ ਰੱਖਦਾ ਹੈ, ਉਹ ਹਰ ਚੀਜ਼ 'ਤੇ ਕਾਬੂ ਪਾ ਲੈਂਦਾ ਹੈ।"***
>
> ***~ਜਾਰਜ ਸੇਵਿਲ***

ਕੋਈ "ਸਹੀ ਸਮਾਂ" ਨਹੀਂ ਹੁੰਦਾ।

ਕੁਝ ਵੀ ਨਵਾਂ ਸ਼ੁਰੂ ਕਰਨ ਲਈ "ਸਹੀ ਸਮਾਂ" ਨਹੀਂ ਹੁੰਦਾ। ਅੱਜ ਹੀ ਸ਼ੁਰੂ ਕਰੋ ਅਤੇ ਤਰੱਕੀ ਕਰੋ। ਆਦਰਸ਼ ਸਮੇਂ ਦੀ ਉਡੀਕ ਕਰੋ ਤਾਂ ਉਹ ਕਦੇ ਨਹੀਂ ਆਵੇਗਾ। ਸਭ ਤੋਂ ਵਧੀਆ ਸਮਾਂ ਹੁਣ ਹੈ। ਆਲਸੀ ਹੋਣਾ ਛੱਡੋ ਅਤੇ ਲੋੜੀਂਦਾ ਕੰਮ ਸ਼ੁਰੂ ਕਰੋ।

ਲਗਾਤਾਰਤਾ ਹੀ ਕਾਮਯਾਬੀ ਦੀ ਚਾਬੀ ਹੈ।

ਪਿਕਾਸੋ ਪੈਰਿਸ ਦੇ ਬਾਜ਼ਾਰ ਵਿੱਚੋਂ ਜਾ ਰਿਹਾ ਸੀ ਜਦੋਂ ਇੱਕ ਔਰਤ ਨੇ ਉਸ ਕੋਲ ਆ ਕੇ ਕਿਹਾ,

"ਸ਼੍ਰੀਮਾਨ ਪਿਕਾਸੋ, ਮੈਂ ਤੁਹਾਡੇ ਕੰਮ ਦਾ ਪ੍ਰਸ਼ੰਸਕ ਹਾਂ। ਕੀ ਤੁਸੀਂ ਮੇਰੇ ਲਈ ਇੱਕ ਛੋਟੀ ਜਿਹੀ ਡਰਾਇੰਗ ਬਣਾਓਗੇ?"

ਪਿਕਾਸੋ ਹੱਸਿਆ ਅਤੇ ਥੋੜ੍ਹੇ ਸਮੇਂ ਵਿੱਚ ਕਾਗਜ਼ 'ਤੇ ਇੱਕ ਡਰਾਇੰਗ ਬਣਾਈ। ਉਸਨੇ ਕਾਗਜ਼ ਔਰਤ ਨੂੰ ਵਾਪਸ ਦੇ ਦਿੱਤਾ।

"ਇਸਦੇ ਦਸ ਲੱਖ ਫ੍ਰੈਂਕ ਲੱਗਣਗੇ।"

ਔਰਤ ਹੈਰਾਨ ਹੋਈ। "ਐਨੇ ਜ਼ਿਆਦਾ ਕਿਵੇਂ ਮੰਗ ਸਕਦੇ ਹੋ? ਇਹ ਤਾਂ ਸਿਰਫ਼ 5 ਮਿੰਟ ਵਿੱਚ ਬਣਿਆ!"

ਪਿਕਾਸੋ ਨੇ ਜਵਾਬ ਦਿੱਤਾ, "ਨਹੀਂ, ਇਹ 5 ਮਿੰਟ ਦੇ ਕੰਮ ਨੂੰ ਮੈਂ 40 ਸਾਲਾਂ ਦੀ ਮਿਹਨਤ ਨਾਲ ਸਿੱਖਿਆ ਹੈ।"

ਕਿਸੇ ਵੀ ਚੀਜ਼ ਵਿੱਚ ਮਹਾਨ ਬਣਨ ਲਈ, ਤੁਹਾਨੂੰ ਇਹ ਹਰ ਰੋਜ਼ ਅਤੇ ਲੰਬੇ ਸਮੇਂ ਲਈ ਕਰਨਾ ਪਵੇਗਾ।

- **ਚੰਗਾ ਚਿੱਤਰਕਾਰ ਬਣਨ ਲਈ, ਹਰ ਰੋਜ਼ ਚਿੱਤਰਕਾਰੀ ਕਰੋ।**
- **ਚੰਗਾ ਲੇਖਕ ਬਣਨ ਲਈ, ਹਰ ਰੋਜ਼ ਲਿਖੋ।**
- **ਚੰਗਾ ਬੋਲਣ ਵਾਲਾ ਬਣਨ ਲਈ, ਹਰ ਰੋਜ਼ ਬੋਲੋ।**

ਬਹੁਤੇ ਲੋਕ ਸ਼ੁਰੂ ਹੀ ਨਹੀਂ ਕਰਦੇ। ਕੁਝ ਸ਼ੁਰੂ ਕਰਦੇ ਹਨ, ਪਰ ਜਦੋਂ ਕੰਮ ਔਖਾ ਹੋ ਜਾਂਦਾ ਹੈ, ਤਾਂ ਹਾਰ ਮੰਨ ਲੈਂਦੇ ਹਨ। ਸਿਰਫ ਕੁਝ ਲੋਕ ਹੀ ਲਗਾਤਾਰ ਕੰਮ ਕਰਦੇ ਹਨ ਅਤੇ ਹਰ ਰੋਜ਼ ਦਿਖਾਈ ਦਿੰਦੇ ਹਨ, ਭਾਵੇਂ ਕੰਮ ਕਿੰਨਾ ਵੀ ਮੁਸ਼ਕਲ ਹੋਵੇ।

ਇਹ ਅਸਾਨ ਹੋ ਜਾਵੇਗਾ

> *ਸ਼ੁਰੂ ਵਿੱਚ ਇਹ ਮੁਸ਼ਕਲ ਲੱਗ ਸਕਦਾ ਹੈ, ਪਰ ਸ਼ੁਰੂਆਤ ਵਿੱਚ ਸਭ ਕੁਝ ਮੁਸ਼ਕਲ ਹੀ ਹੁੰਦਾ ਹੈ।*
>
> *~ਮਿਆਮੋਤੋ ਮੁਸਾਸ਼ੀ*

ਸਭ ਤੋਂ ਮੁਸ਼ਕਲ ਕੰਮ ਸ਼ੁਰੂ ਕਰਨਾ ਹੁੰਦਾ ਹੈ। ਇੱਥੇ ਹੀ ਜ਼ਿਆਦਾਤਰ ਲੋਕ ਫਸ ਜਾਂਦੇ ਹਨ। ਉਹ ਸ਼ੁਰੂਆਤ ਨਹੀਂ ਕਰਦੇ ਅਤੇ ਬਹਾਨੇ ਬਣਾਉਂਦੇ ਰਹਿੰਦੇ ਹਨ। ਜੇ ਤੁਸੀਂ ਕਿਸੇ ਖ਼ਰਾਬ ਆਦਤ ਨੂੰ ਛੱਡਣਾ ਚਾਹੁੰਦੇ ਹੋ, ਤਾਂ ਸ਼ੁਰੂ ਦੇ ਦਿਨ ਸਭ ਤੋਂ ਔਖੇ ਹੋਣਗੇ, ਪਰ ਕੁਝ ਹਫ਼ਤਿਆਂ ਬਾਅਦ ਇਸਨੂੰ ਜਾਰੀ ਰੱਖਣਾ ਕਾਫ਼ੀ ਅਸਾਨ ਹੋ ਜਾਵੇਗਾ।

ਉਹ ਕਰੋ ਜੋ ਤੁਸੀਂ ਕਹਿੰਦੇ ਹੋ

ਜੇ ਤੁਸੀਂ ਕੰਮ ਟਾਲਦੇ ਰਹਿੰਦੇ ਹੋ, ਤਾਂ ਤੁਸੀਂ ਆਪਣੀਆਂ ਗੱਲਾਂ ਦਾ ਮਾਣ ਨਹੀਂ ਰੱਖਦੇ। ਜੇ ਤੁਸੀਂ ਕਹਿੰਦੇ ਹੋ ਕਿ ਕੁਝ ਕਰੋਗੇ ਪਰ ਫਿਰ ਨਹੀਂ ਕਰਦੇ, ਤਾਂ ਲੋਕ ਤੁਹਾਡੇ 'ਤੇ ਭਰੋਸਾ ਘਟਾ ਲੈਂਦੇ ਹਨ। ਇਸਦਾ ਮਤਲਬ ਇਹ ਨਹੀਂ ਕਿ ਤੁਸੀਂ ਹਰ ਕਿਸੇ ਦੀ ਆਗਿਆ ਮੰਨੋ, ਪਰ ਜੇ ਤੁਸੀਂ ਕਹਿੰਦੇ ਹੋ ਕਿ ਕੁਝ ਕਰੋਗੇ, ਤਾਂ ਉਸਨੂੰ ਕਰਨਾ ਬਿਹਤਰ ਹੈ। ਜੇ ਤੁਸੀਂ ਕੱਲ੍ਹ ਤੋਂ ਜਿੰਮ ਜਾਣਾ ਕਹਿੰਦੇ ਹੋ, ਤਾਂ ਹਰ ਰੋਜ਼ ਜਿੰਮ ਜਾਓ, ਭਾਵੇਂ ਕੁਝ ਵੀ ਹੋਵੇ। ਆਪਣੀ ਗੱਲ ਦਾ ਪਾਲਣ ਕਰੋ ਅਤੇ ਇਹ ਕਰਨ ਨਾਲ ਤੁਸੀਂ ਆਪਣੇ ਆਪ ਨੂੰ ਬਹੁਤ ਚੰਗਾ ਮਹਿਸੂਸ ਕਰਵਾਓਗੇ।

ਫ਼ਿਕਰ ਨਾ ਕਰੋ

"ਮੈਂ ਬੁੱਢਾ ਹੋ ਗਿਆ ਹਾਂ ਅਤੇ ਬਹੁਤ ਸਾਰੀਆਂ ਮੁਸ਼ਕਿਲਾਂ ਬਾਰੇ ਪਤਾ ਹੈ ਪਰ ਇਨ੍ਹਾਂ ਵਿੱਚੋਂ ਜ਼ਿਆਦਾਤਰ ਮੁਸ਼ਕਿਲਾਂ ਮੇਰੇ ਰਸਤੇ ਵਿਚ ਨਹੀਂ ਆਈਆਂ"

~ਮਾਰਕ ਟਵੇਨ

ਚਿੰਤਾ ਆਮ ਤੌਰ 'ਤੇ ਆਲਸੀ ਲੋਕਾਂ ਨੂੰ ਪਸੰਦ ਹੁੰਦੀ ਹੈ ਕਿਉਂਕਿ ਉਹ ਕੋਈ ਕੰਮ ਨਹੀਂ ਕਰਦੇ, ਇਸ ਲਈ ਉਹ ਸਿਰਫ਼ ਭਵਿੱਖ ਬਾਰੇ ਸੋਚ ਕੇ ਚਿੰਤਿਤ ਰਹਿੰਦੇ ਹਨ। ਜੇਕਰ ਤੁਹਾਨੂੰ ਆਪਣੇ ਆਪ 'ਤੇ ਭਰੋਸਾ ਹੈ, ਤਾਂ ਚਿੰਤਾ ਕਰਨ ਦੀ ਲੋੜ ਨਹੀਂ। ਪਰ ਜਦੋਂ ਆਪਾਂ ਆਪਣੇ ਆਪ 'ਤੇ ਭਰੋਸਾ ਨਹੀਂ ਕਰਦੇ, ਤਾਂ ਨਕਾਰਾਤਮਕ ਵਿਚਾਰ ਮਨ ਵਿੱਚ ਆਉਂਦੇ ਹਨ ਅਤੇ ਤੁਸੀਂ ਅਣਜਾਣੇ ਖ਼ਤਰੇ ਬਾਰੇ ਸੋਚ ਕੇ ਚਿੰਤਾ ਕਰਨ ਲੱਗਦੇ ਹੋ।

ਚਿੰਤਾ ਨੂੰ ਖ਼ਤਮ ਕਰਨ ਦਾ ਇੱਕ ਹੀ ਤਰੀਕਾ ਹੈ: ਕੰਮ ਕਰੋ।

ਮੰਨੋ ਤੁਸੀਂ ਆਪਣੀ ਸਿਹਤ ਨੂੰ ਲੈ ਕੇ ਚਿੰਤਿਤ ਹੋ।

ਤੁਸੀਂ ਸਿਰਫ਼ ਆਪਣੀ ਸਿਹਤ ਦੀ ਦੇਖਭਾਲ ਕਰ ਸਕਦੇ ਹੋ। ਸਿਰਫ਼ ਸੋਚਣ ਨਾਲ ਤੁਸੀਂ ਸਿਹਤਮੰਦ ਨਹੀਂ ਬਣੋਗੇ; ਕਈ ਵਾਰ ਇਸਦਾ ਉਲਟ ਵੀ ਹੋ ਸਕਦਾ ਹੈ।

ਚਿੰਤਾ ਕਰਨਾ ਸਧਾਰਨ ਗੱਲ ਹੈ। ਅਸੀਂ ਸਭ ਆਪਣੀਆਂ ਨੌਕਰੀ, ਕਾਰੋਬਾਰ, ਸਿਹਤ, ਪੈਸੇ, ਪਰਿਵਾਰ ਆਦਿ ਬਾਰੇ ਚਿੰਤਿਤ ਰਹਿੰਦੇ ਹਾਂ। ਇਸਦੇ ਲਈ ਇਕ ਚੰਗਾ ਤਰੀਕਾ ਇਹ ਹੈ ਕਿ ਆਪਣੀਆਂ ਚਿੰਤਾਵਾਂ ਨੂੰ ਦੋ ਹਿੱਸਿਆਂ ਵਿੱਚ ਵੰਡੋ:

1. **ਉਹ ਚੀਜ਼ਾਂ ਜੋ ਤੁਸੀਂ ਆਪਣੀ ਕੋਸ਼ਿਸ਼ ਨਾਲ ਬਦਲ ਸਕਦੇ ਹੋ।**
2. **ਉਹ ਚੀਜ਼ਾਂ ਜੋ ਤੁਸੀਂ ਬਦਲ ਨਹੀਂ ਸਕਦੇ ਅਤੇ ਜਿਨ੍ਹਾਂ 'ਤੇ ਤੁਹਾਡਾ ਕੋਈ ਕਾਬੂ ਨਹੀਂ।**

ਪਹਿਲੀ ਸ਼੍ਰੇਣੀ ਵਾਲੀਆਂ ਚੀਜ਼ਾਂ ਬਾਰੇ ਚਿੰਤਾ ਕਰਨੀ ਠੀਕ ਹੈ, ਕਿਉਂਕਿ ਤੁਸੀਂ ਕਾਰਵਾਈ ਕਰ ਸਕਦੇ ਹੋ ਅਤੇ ਸਥਿਤੀ ਨੂੰ ਸੁਧਾਰ ਸਕਦੇ ਹੋ। ਇਹ ਚੰਗੀ ਚਿੰਤਾ ਹੈ ਜੋ ਤੁਹਾਨੂੰ ਆਪਣੀ ਜ਼ਿੰਦਗੀ ਬਿਹਤਰ ਬਣਾਉਣ ਵਿੱਚ ਮਦਦ ਕਰਦੀ ਹੈ।

ਦੂਜੀ ਸ਼੍ਰੇਣੀ ਵਾਲੀਆਂ ਚੀਜ਼ਾਂ ਬਾਰੇ ਚਿੰਤਾ ਕਰਨਾ ਬੇਕਾਰ ਹੈ। ਜੋ ਚੀਜ਼ ਤੁਸੀਂ ਕੰਟਰੋਲ ਨਹੀਂ ਕਰ ਸਕਦੇ, ਉਸ ਬਾਰੇ ਚਿੰਤਾ ਕਰਨ ਦੀ ਲੋੜ ਨਹੀਂ। ਮਿਸਾਲ ਵਜੋਂ ਸੋਚੋ ਕਿ ਕੱਲ੍ਹ ਧਰਤੀ 'ਤੇ ਕੋਈ ਐਸਟਰਾਇਡ ਆ ਰਿਹਾ ਹੈ ਜੋ ਸਾਰਿਆਂ ਨੂੰ ਨੁਕਸਾਨ ਪਹੁੰਚਾ ਸਕਦਾ ਹੈ। ਤੁਸੀਂ ਇਸਨੂੰ ਰੋਕ ਨਹੀਂ ਸਕਦੇ, ਤਾਂ ਫਿਰ ਚਿੰਤਾ ਕਰਨ ਦਾ ਕੀ ਫ਼ਾਇਦਾ? ਇਸ ਤਰ੍ਹਾਂ ਦੀ ਚਿੰਤਾ ਸਿਰਫ਼ ਤੁਹਾਡੀ ਖ਼ੁਸ਼ੀ ਖ਼ਤਮ ਕਰ ਦੇਵੇਗੀ।

ਇੱਕ ਨਿਯਮ ਬਣਾਓ: ਜੋ ਤੁਸੀਂ ਕੰਟਰੋਲ ਕਰ ਸਕਦੇ ਹੋ, ਉਸ 'ਤੇ ਤੁਰੰਤ ਕੰਮ ਕਰੋ; ਜੋ ਨਹੀਂ ਕਰ ਸਕਦੇ, ਉਸ ਬਾਰੇ ਕਦੇ ਚਿੰਤਾ ਨਾ ਕਰੋ। ਦੋਹਾਂ ਹਾਲਤਾਂ ਵਿੱਚ ਚਿੰਤਾ ਬੇਕਾਰ ਹੈ।

ਕੰਮ ਹੋਰਾਂ ਨੂੰ ਸੌਂਪੋ
(Delegate)

"ਜੇ ਤੁਸੀਂ ਛੋਟੇ-ਛੋਟੇ ਕੰਮ ਠੀਕ ਤਰੀਕੇ ਨਾਲ ਕਰਨਾ ਚਾਹੁੰਦੇ ਹੋ, ਤਾਂ ਉਹ ਖ਼ੁਦ ਕਰੋ। ਪਰ ਜੇ ਤੁਸੀਂ ਵੱਡੇ ਅਤੇ ਮਹਾਨ ਕੰਮ ਕਰਕੇ ਵੱਡਾ ਅਸਰ ਪਾਉਣਾ ਚਾਹੁੰਦੇ ਹੋ, ਤਾਂ ਦੂਜਿਆਂ ਨੂੰ ਕੰਮ ਸੌਂਪਣਾ ਸਿੱਖੋ।"

~ਜਾਨ ਸੀ ਮੈਕਸਵੈੱਲ

ਤੁਸੀਂ ਸਭ ਕੁਝ ਇਕੱਲੇ ਨਹੀਂ ਕਰ ਸਕਦੇ। ਕੋਈ ਵੀ ਤਕਨੀਕ, ਹੈਕ ਜਾਂ ਸੁਝਾਅ ਅਜ਼ਮਾਉਣ ਦੇ ਬਾਵਜੂਦ, ਸਮਾਂ ਕਦੇ ਵੀ ਕਾਫ਼ੀ ਨਹੀਂ ਹੋਵੇਗਾ ਅਤੇ ਇਹ ਠੀਕ ਹੈ। ਸਾਨੂੰ ਸਭ ਕੁਝ ਆਪਣੇ ਆਪ ਕਰਨ ਦੀ ਲੋੜ ਨਹੀਂ ਹੈ। ਦੂਜੇ ਲੋਕ ਉਹ ਕੰਮ ਕਰ ਸਕਦੇ ਹਨ ਜੋ ਸਾਡੇ ਲਈ ਸਮੇਂ ਦੀ ਘਾਟ ਪੈਦਾ ਕਰ ਰਹੇ ਹਨ।

ਜੇ ਕੋਈ ਕੰਮ ਹੈ ਜੋ ਕਰਨ ਲਈ ਸਮਾਂ ਨਹੀਂ, ਤਾਂ ਇਹ ਘੱਟ ਮਹੱਤਵਪੂਰਨ ਹੈ। ਇਸਦਾ ਮਤਲਬ ਇਹ ਹੈ ਕਿ ਭਾਵੇਂ ਤੁਸੀਂ ਇਹ ਖ਼ੁਦ ਨਾ ਕਰੋ ਅਤੇ ਕਿਸੇ ਹੋਰ ਨੂੰ ਸੌਂਪੋ, ਫ਼ਰਕ ਨਹੀਂ ਪਵੇਗਾ।

ਕਈ ਕੰਮ ਹਨ ਜੋ ਬਹੁਤ ਸਾਰਾ ਸਮਾਂ ਲੈ ਸਕਦੇ ਹਨ ਪਰ ਜ਼ਿਆਦਾ ਮਹੱਤਵਪੂਰਨ ਨਹੀਂ ਹਨ। ਤੁਸੀਂ ਇਹ ਕੰਮ ਦੂਜਿਆਂ ਨੂੰ ਦੇ ਸਕਦੇ ਹੋ ਤਾਂ ਕਿ ਤੁਸੀਂ ਆਪਣੇ ਮਹੱਤਵਪੂਰਨ ਕੰਮਾਂ ਲਈ ਸਮਾਂ ਬਚਾ ਸਕੋ।

ਸਭ ਤੋਂ ਪਹਿਲਾਂ, ਉਹ ਸਾਰੇ ਘੱਟ-ਮਹੱਤਵਪੂਰਨ ਕੰਮਾਂ ਦੀ ਸੂਚੀ ਬਣਾਓ ਜੋ ਹਰ ਰੋਜ਼ ਕਰਨੇ ਪੈਂਦੇ ਹਨ। ਫਿਰ ਪਤਾ ਲਗਾਓ ਕਿ ਇਹਨਾਂ ਨੂੰ ਕਰਨ ਵਿੱਚ ਕਿੰਨਾ ਸਮਾਂ ਲੱਗੇਗਾ ਅਤੇ ਕਿਸੇ ਹੋਰ ਨੂੰ ਇਹ ਕੰਮ ਕਰਨ ਲਈ ਕਿੰਨਾ ਖ਼ਰਚ ਆਵੇਗਾ। ਤੁਸੀਂ ਦੇਖੋਗੇ ਕਿ ਬਹੁਤ ਸਾਰੇ ਸਮਾਂ-ਲੈਣ ਵਾਲੇ ਕੰਮ ਅਸਾਨੀ ਨਾਲ ਹੋਰ ਕਿਸੇ ਨੂੰ ਦੇ ਕੇ ਕਰਵਾਏ ਜਾ ਸਕਦੇ ਹਨ।

ਭਾਵੇਂ ਕੋਈ ਹੋਰ ਲਗਭਗ 90% ਚੰਗਾ ਕੰਮ ਕਰੇ, ਇਹ ਕਾਫ਼ੀ ਹੈ। ਦਰਅਸਲ, ਕਿਸੇ ਕੰਮ ਵਿੱਚ ਕੋਈ ਹੋਰ ਤੁਹਾਡੇ ਨਾਲੋਂ ਵਧੀਆ ਹੋ ਸਕਦਾ ਹੈ। ਉਦਾਹਰਣ ਵਜੋਂ, ਤੁਸੀਂ ਸੋਚ ਸਕਦੇ ਹੋ ਕਿ ਤੁਸੀਂ ਆਪਣੀ ਕਾਰ ਬਹੁਤ ਵਧੀਆ ਧੋਂਦੇ ਹੋ, ਪਰ ਪੇਸ਼ੇਵਰ ਕਾਰ ਧੋਣ ਵਾਲੀ ਸੇਵਾ ਬਹੁਤ ਵਧੀਆ ਨਤੀਜੇ ਦੇਵੇਗੀ।

ਕਿਸੇ ਵੀ ਚੀਜ਼ ਨੂੰ
ਜਲਦੀ ਕਿਵੇਂ ਸਿੱਖਣਾ ਹੈ

ਮੈਂ ਵੇਖਿਆ ਹੈ ਕਿ ਜ਼ਿੰਦਗੀ ਵਿੱਚ ਉਹ ਲੋਕ ਵੱਧ ਅੱਗੇ ਵਧਦੇ ਹਨ ਜੋ ਨਾ ਹਮੇਸ਼ਾ ਸਭ ਤੋਂ ਸਿਆਣੇ ਹੁੰਦੇ ਹਨ, ਨਾ ਹੀ ਹਮੇਸ਼ਾ ਸਭ ਤੋਂ ਮਿਹਨਤੀ। ਪਰ ਉਹ ਹਰ ਰੋਜ਼ ਕੁਝ ਨਾ ਕੁਝ ਨਵਾਂ ਸਿੱਖਦੇ ਰਹਿੰਦੇ ਹਨ, ਬਿਲਕੁਲ ਸਿੱਖਣ ਵਾਲੀ ਮਸ਼ੀਨ ਵਾਂਗ।

– ਚਾਰਲੀ ਮੁੰਗੇਰ

ਜਾਣੋ ਕੀ ਲਾਭਦਾਇਕ ਹੈ

ਸਿਰਫ਼ ਸਿੱਖਣ ਲਈ ਸਿੱਖਣ ਦਾ ਕੋਈ ਫ਼ਾਇਦਾ ਨਹੀਂ। ਇਸ ਦੀ ਬਜਾਏ ਉਹ ਚੀਜ਼ਾਂ ਸਿੱਖੋ ਜੋ ਤੁਹਾਡੀ ਜ਼ਿੰਦਗੀ ਵਿੱਚ ਸੱਚਮੁੱਚ ਕੰਮ ਆ ਸਕਣ। ਜਿਵੇਂ ਕੋਈ ਮਰੀ ਹੋਈ ਭਾਸ਼ਾ ਸਿੱਖਣ ਦੀ ਥਾਂ, ਸਪੈਨਿਸ਼ ਜਾਂ ਚੀਨੀ ਸਿੱਖੋ ਜੋ ਤੁਹਾਨੂੰ ਲਾਭ ਦੇ ਸਕਦੀ ਹੈ। ਸਿੱਖਣ ਤੋਂ ਪਹਿਲਾਂ ਸੋਚੋ ਕਿ ਕੀ ਇਹ ਤੁਹਾਡੇ ਲਈ ਫ਼ਾਇਦੇਮੰਦ ਹੈ। ਜੇ ਨਹੀਂ, ਤਾਂ ਉਸ ’ਤੇ ਸਮਾਂ ਖ਼ਰਚ ਨਾ ਕਰੋ। ਅੱਜ ਤੁਹਾਡੇ ਕੋਲ ਬਹੁਤ ਸਾਰੀਆਂ ਹੋਰ ਚੀਜ਼ਾਂ ਹਨ ਜੋ ਸਿੱਖ ਕੇ ਤੁਸੀਂ ਆਪਣੀ ਜ਼ਿੰਦਗੀ ਬਿਹਤਰ ਬਣਾ ਸਕਦੇ ਹੋ।

ਸਿੱਖਣ ਵੇਲੇ ਕੋਈ ਆਲਸ ਨਹੀਂ

ਜੇ ਤੁਸੀਂ ਕੁਝ ਸਿੱਖਣਾ ਚਾਹੁੰਦੇ ਹੋ, ਤਾਂ ਆਲਸੀ ਨਹੀਂ ਹੋ ਸਕਦੇ। ਤੁਹਾਨੂੰ ਤੁਰੰਤ ਸ਼ੁਰੂ ਕਰਨਾ ਪਵੇਗਾ। ਜਿਵੇਂ ਜੇ ਤੁਸੀਂ ਕੋਡਿੰਗ ਸਿੱਖਣਾ ਚਾਹੁੰਦੇ ਹੋ, ਤਾਂ ਹੁਣੇ ਹੀ ਸ਼ੁਰੂ ਕਰੋ – ਕਿਉਂ ਉਡੀਕ ਕਰ ਰਹੇ ਹੋ? ਤੇਜ਼ੀ ਮਹੱਤਵਪੂਰਨ ਹੈ। ਇਸਦਾ ਮਤਲਬ ਇਹ ਨਹੀਂ ਕਿ ਵੀਡੀਓ 3x ਤੇ ਦੇਖੋ, ਪਰ ਤੁਹਾਡੇ ਅੰਦਰ ਸਿੱਖਣ ਦੀ ਲਗਨ ਹੋਣੀ ਚਾਹੀਦੀ ਹੈ। ਆਪਣੀ ਸਹੂਲਤ ਵਾਲੀ ਗਤੀ ਨਾਲ ਸਿੱਖੋ, ਪਰ ਸ਼ੁਰੂਆਤ ਅੱਜ ਹੀ ਕਰੋ। ਬਾਅਦ ਵਿੱਚ ਤੁਸੀਂ ਖ਼ੁਦ ਨੂੰ ਧੰਨਵਾਦ ਕਹੋਗੇ।

ਸਪੀਡ ਰੀਡਿੰਗ

> **"ਜੇ ਕੋਈ ਚੀਜ਼ ਤੁਸੀਂ ਜਲਦੀ-ਜਲਦੀ ਪੜ੍ਹ ਸਕਦੇ ਹੋ, ਤਾਂ ਉਹ ਸ਼ਾਇਦ ਕਾਬਲ-ਏ-ਪੜ੍ਹਾਈ ਨਹੀਂ ਹੈ।"**
>
> **– ਨਵਲ ਰਵੀਕਾਂਤ**

ਮੈਂ ਸਪੀਡ-ਰੀਡਿੰਗ ਵਾਲੀਆਂ ਕਿਤਾਬਾਂ ਦਾ ਸ਼ੌਕੀਨ ਨਹੀਂ ਹਾਂ, ਕਿਉਂਕਿ ਚੰਗੀਆਂ ਕਿਤਾਬਾਂ ਹਮੇਸ਼ਾ ਪੂਰਾ ਧਿਆਨ ਮੰਗਦੀਆਂ ਹਨ। ਜ਼ਿਆਦਾ ਕਿਤਾਬਾਂ ਪੜ੍ਹਨ ਦਾ ਸਭ ਤੋਂ ਸਧਾਰਨ ਤਰੀਕਾ ਇਹ ਹੈ ਕਿ ਪੜ੍ਹਨ 'ਤੇ ਵਧੇਰੇ ਸਮਾਂ ਦਿਓ। ਕੁਝ ਕਿਤਾਬਾਂ 'ਤੇ ਮੈਨੂੰ ਕਈ ਹਫ਼ਤੇ ਲੱਗੇ, ਤੇ ਕੁਝ ਮੈਂ ਇੱਕ ਦਿਨ ਵਿੱਚ ਪੜ੍ਹ ਲਈਆਂ। ਪੜ੍ਹਨ ਦੀ ਗਤੀ ਬਾਰੇ ਫਿਕਰ ਨਾ ਕਰੋ—ਸ਼ੁਰੂਆਤੀ ਹੋਣ ਦੇ ਬਾਵਜੂਦ ਸਮੇਂ ਨਾਲ ਗਤੀ ਵਧਦੀ ਹੈ। ਕਿਤਾਬਾਂ ਦੀ ਗਿਣਤੀ ਨਾਲੋਂ ਉਨ੍ਹਾਂ ਦੀ ਗੁਣਵੱਤਾ ਵਧੇਰੇ ਮਹੱਤਵਪੂਰਨ ਹੈ। ਨਾਲ ਹੀ, ਵੱਖ-ਵੱਖ ਕਿਸਮਾਂ ਦੀਆਂ ਕਿਤਾਬਾਂ ਪੜ੍ਹੋ ਤਾਂ ਕਿ ਤੁਸੀਂ ਅੱਗੇ ਵਧ ਸਕੋ ਅਤੇ ਨਵਾਂ ਗਿਆਨ ਹਾਸਲ ਕਰ ਸਕੋ। ਇੱਕੋ ਕਿਸਮ ਦੀਆਂ ਕਿਤਾਬਾਂ ਨਾਲ ਨਾ ਜੁੜੇ ਰਹੋ ਸਿਰਫ਼ ਇਸ ਲਈ ਕਿ ਤੁਸੀਂ ਉਨ੍ਹਾਂ ਦੇ ਆਦੀ ਹੋ।

- ਗਲਪ ਪੜ੍ਹੋ
- ਨਿਬੰਧ ਪੜ੍ਹੋ
- ਸਵੈ-ਸਹਾਇਤਾ ਪੜ੍ਹੋ
- ਇਤਿਹਾਸ ਪੜ੍ਹੋ
- ਦਰਸ਼ਨ ਪੜ੍ਹੋ
- ਜੀਵਨੀਆਂ ਪੜ੍ਹੋ
- ਸਵੈ-ਜੀਵਨੀਆਂ ਪੜ੍ਹੋ

DISSS ਵਿਧੀ

ਇਹ ਤਰੀਕਾ ਟਿਮ ਫੈਰਿਸ ਨੇ ਕਿਸੇ ਵੀ ਚੀਜ਼ ਨੂੰ ਤੇਜ਼ੀ ਨਾਲ ਸਿੱਖਣ ਲਈ ਬਣਾਇਆ। ਇਸਦਾ ਮਤਲਬ ਹੈ ਟੁਕੜੇ ਕਰਨਾ (Deconstruction), ਚੋਣ ਕਰਨਾ

(Selection), ਕ੍ਰਮ ਬਣਾਉਣਾ (Sequencing), ਨਤੀਜਿਆਂ ਦੀ ਮਹੱਤਤਾ (Stakes) ਅਤੇ ਗਤੀ (Speed)।

ਇਸ ਤਰੀਕੇ ਦੀ ਵਰਤੋਂ ਇੱਥੇ ਦਿਖਾਈ ਗਈ ਹੈ:

- **ਟੁਕੜੇ ਕਰਨਾ (Deconstruction):** ਜਿਸ ਹੁਨਰ ਨੂੰ ਸਿੱਖਣਾ ਹੈ, ਉਸਨੂੰ ਛੋਟੇ-ਛੋਟੇ ਹਿੱਸਿਆਂ ਵਿੱਚ ਵੰਡੋ। ਸਭ ਤੋਂ ਮਹੱਤਵਪੂਰਨ ਹਿੱਸਾ ਲੱਭੋ ਜੋ ਉਸ ਹੁਨਰ ਦੀ ਬੁਨਿਆਦ ਹੈ।
- **ਚੋਣ (Selection):** 80/20 ਨਿਯਮ ਲਾਗੂ ਕਰੋ। ਉਸ 20% ਹਿੱਸੇ ’ਤੇ ਧਿਆਨ ਦਿਓ ਜੋ ਤੁਹਾਨੂੰ 80% ਹੁਨਰ ਸਿਖਾ ਸਕਦਾ ਹੈ।
- **ਕ੍ਰਮ** (Sequencing): ਸਿੱਖਣ ਦਾ ਅਸਾਨ ਤਰੀਕਾ ਬਣਾਓ। ਪਹਿਲਾਂ ਅਸਾਨ ਚੀਜ਼ਾਂ ਤੋਂ ਸ਼ੁਰੂ ਕਰੋ, ਫਿਰ ਹੌਲੀ-ਹੌਲੀ ਮੁਸ਼ਕਲ ਚੀਜ਼ਾਂ ਵੱਲ ਵਧੋ।
- **ਦਾਅ (Stakes):** ਆਪਣੇ ਆਪ ਨੂੰ ਪ੍ਰੇਰਿਤ ਰੱਖਣ ਲਈ ਦਾਅ ਜੋੜੋ। ਆਪਣੇ ਟੀਚੇ ਦੋਸਤਾਂ ਅਤੇ ਪਰਿਵਾਰ ਨਾਲ ਸਾਂਝੇ ਕਰੋ ਤਾਂ ਜੋ ਤੁਸੀਂ ਜ਼ਿੰਮੇਵਾਰ ਮਹਿਸੂਸ ਕਰੋ।

5-ਘੰਟੇ ਦਾ ਨਿਯਮ

ਇਹ ਨਿਯਮ ਬਹੁਤ ਸਧਾਰਨ ਹੈ: ਭਾਵੇਂ ਤੁਸੀਂ ਕਿੰਨੇ ਵੀ ਵਿਅਸਤ ਜਾਂ ਥੱਕੇ ਹੋਵੋ, ਹਰ ਰੋਜ਼ ਘੱਟੋ ਘੱਟ 1 ਘੰਟਾ ਕੁਝ ਨਵਾਂ ਸਿੱਖਣ ਲਈ ਦਿਓ। ਹਫ਼ਤੇ ਵਿੱਚ ਘੱਟੋ ਘੱਟ 5 ਦਿਨ ਇਹ ਕਰੋ। ਜਿਵੇਂ ਚਾਰਲੀ ਮੁੰਗਰ ਨੇ ਕਿਹਾ ਸੀ,

> **“ਜੋ ਲੋਕ ਹਮੇਸ਼ਾ ਸਿੱਖਦੇ ਰਹਿੰਦੇ ਹਨ, ਉਹ ਜ਼ਿੰਦਗੀ ਵਿੱਚ ਹਮੇਸ਼ਾ ਅੱਗੇ ਵਧਦੇ ਰਹਿੰਦੇ ਹਨ।”**

ਜੋ ਤੁਸੀਂ ਸਿੱਖਦੇ ਹੋ ਉਸ ਨੂੰ ਲਾਗੂ ਕਰੋ

ਵਾਰੇਨ ਬੱਫੇ ਨੇ ਸਿਰਫ਼ 9 ਸਾਲ ਦੀ ਉਮਰ ਵਿੱਚ ਡੇਲ ਕਾਰਨੇਗੀ ਦੀ ਕਿਤਾਬ “ਫਰੈਂਡਜ਼ ਐਂਡ ਇੰਫਲੂਐਂਸ ਪੀਪਲ” ਪੜ੍ਹੀ। ਜ਼ਿਆਦਾਤਰ ਲੋਕ ਸਿਰਫ਼ ਕਿਤਾਬ ਪੜ੍ਹਦੇ ਹਨ ਅਤੇ ਉਸਦੀ ਗੱਲਾਂ ’ਤੇ ਨਹੀਂ ਚਲਦੇ, ਪਰ ਉਹਨਾਂ ਨੇ ਇਸਨੂੰ ਅਜ਼ਮਾਇਆ। ਉਸਨੇ ਫ਼ੈਸਲਾ

ਕੀਤਾ ਕਿ ਕਿਤਾਬ ਦੇ ਸਿਧਾਂਤ ਕੰਮ ਕਰਦੇ ਹਨ ਜਾਂ ਨਹੀਂ, ਇਸ ਲਈ ਉਹਨਾਂ ਨੂੰ ਅਜ਼ਮਾਉਣਾ ਸ਼ੁਰੂ ਕੀਤਾ। ਇੱਕ ਸਮੂਹ ਨਾਲ ਉਹ ਧਿਆਨ ਅਤੇ ਪ੍ਰਸ਼ੰਸਾ ਦਿਖਾਉਂਦਾ ਅਤੇ ਦੂਜੇ ਨਾਲ ਉਹ ਅਸਹਿਮਤ ਰਹਿੰਦਾ। ਉਸਨੇ ਇਹ ਪ੍ਰਯੋਗ ਕੀਤਾ ਅਤੇ ਨਤੀਜੇ ਦੇਖੇ।

ਜਦੋਂ ਉਸਨੇ ਦੇਖਿਆ ਕਿ ਇਹ ਸਿਧਾਂਤ ਕੰਮ ਕਰਦੇ ਹਨ, ਤਾਂ ਉਸਨੇ ਉਹਨਾਂ ਨੂੰ ਆਪਣੀ ਜ਼ਿੰਦਗੀ ਵਿੱਚ ਅਪਣਾ ਲਿਆ।

ਇਸੇ ਤਰ੍ਹਾਂ ਸਿੱਖਣਾ ਚਾਹੀਦਾ ਹੈ: ਸਿਰਫ਼ ਕਿਤਾਬ ਨਾ ਪੜ੍ਹੋ, ਪਰ ਟੈਸਟ ਕਰੋ ਕਿ ਇਹ ਕੰਮ ਕਰਦੀ ਹੈ ਜਾਂ ਨਹੀਂ ਅਤੇ ਫਿਰ ਇਸਨੂੰ ਆਪਣੀ ਜ਼ਿੰਦਗੀ ਵਿੱਚ ਲਾਗੂ ਕਰੋ।

ਭਾਗ - 2

ਸੁਝਾਅ ਅਤੇ ਤਕਨੀਕਾਂ

"ਜ਼ਿੰਦਗੀ ਵਿੱਚ ਸਭ ਤੋਂ ਵੱਡੀ ਸਮੱਸਿਆ ਇਹ ਨਹੀਂ ਕਿ ਤੁਸੀਂ ਆਪਣੇ ਟੀਚੇ ਤੱਕ ਨਹੀਂ ਪਹੁੰਚਦੇ। ਵੱਡੀ ਸਮੱਸਿਆ ਇਹ ਹੈ ਕਿ ਤੁਹਾਡੇ ਕੋਲ ਪਹੁੰਚਣ ਲਈ ਕੋਈ ਟੀਚਾ ਹੀ ਨਹੀਂ ਹੈ।"

~ ਬੈਂਜਾਮਿਨ ਈ. ਮੇਅਸ

ਪਿਗਮਲੀਅਨ ਪ੍ਰਭਾਵ

19ਵੀਂ ਸਦੀ ਦੇ ਅਖ਼ੀਰ ਵਿੱਚ, ਵਿਲਹੈਲਮ ਵੌਨ ਓਸਟਨ ਕੋਲ ਇੱਕ ਘੋੜਾ ਸੀ ਜੋ ਜੋੜ, ਘਟਾਓ, ਗੁਣਾ ਅਤੇ ਭਾਗ ਕਰ ਸਕਦਾ ਸੀ। ਲੋਕ ਸਵਾਲ ਜ਼ਬਾਨੀ ਜਾਂ ਲਿਖਤੀ ਰੂਪ ਵਿੱਚ ਪੁੱਛ ਸਕਦੇ ਸਨ ਅਤੇ ਘੋੜਾ ਆਪਣੇ ਪੈਰ ਨਾਲ ਠੱਪੇ ਮਾਰ ਕੇ ਜਵਾਬ ਦਿੰਦਾ ਸੀ। ਘੋੜੇ ਦੇ ਜਵਾਬ ਲਗਭਗ 90% ਸਹੀ ਹੁੰਦੇ, ਜੋ ਕਾਫ਼ੀ ਹੈਰਾਨ ਕਰਨ ਵਾਲੀ ਗੱਲ ਸੀ। ਲੋਕ ਸੋਚਦੇ ਕਿ ਇਹ ਕਿਸੇ ਚਾਲ ਨਾਲ ਹੋ ਰਿਹਾ ਹੈ, ਪਰ ਘੋੜਾ ਵਾਕਈ ਸਹੀ ਜਵਾਬ ਦਿੰਦਾ ਸੀ, ਭਾਵੇਂ ਦੂਜੇ ਲੋਕ ਸਵਾਲ ਪੁੱਛ ਰਹੇ ਹੋਣ।

1907 ਵਿੱਚ, ਮਨੋਵਿਗਿਆਨੀ ਓਸਕਰ ਫੰਗਸਟ ਨੇ ਪਤਾ ਲਗਾਇਆ ਕਿ ਘੋੜਾ ਸਹੀ ਜਵਾਬ ਕਿਵੇਂ ਦਿੰਦਾ ਸੀ। ਜਦੋਂ ਕੋਈ ਸਵਾਲਕਰਤਾ ਪਰਦੇ ਦੇ ਪਿੱਛੇ ਹੁੰਦਾ ਜਾਂ ਉਸਨੂੰ ਖ਼ੁਦ ਜਵਾਬ ਨਹੀਂ ਪਤਾ ਹੁੰਦਾ, ਤਾਂ ਘੋੜੇ ਦੇ ਜਵਾਬ ਆਮ ਤੌਰ 'ਤੇ ਗ਼ਲਤ ਹੁੰਦੇ। ਘੋੜਾ ਮਨੁੱਖੀ ਸਰੀਰ ਦੀ ਭਾਸ਼ਾ ਪੜ੍ਹਦਾ ਸੀ। ਜਦੋਂ ਕੋਈ ਸਵਾਲ ਪੁੱਛਦਾ, ਘੋੜਾ ਟੈਪ ਕਰਨਾ ਸ਼ੁਰੂ ਕਰਦਾ ਅਤੇ ਜਦੋਂ ਸਹੀ ਜਵਾਬ ਦੇਣ ਦਾ ਸਮਾਂ ਆਉਂਦਾ, ਸਵਾਲਕਰਤਾ ਅਨੋਖੇ ਸੰਕੇਤ ਦਿੰਦਾ, ਜਿਵੇਂ ਸਿਰ ਝੁਕਾਉਣਾ ਜਾਂ ਮੂੰਹ ਹਿਲਾਉਣਾ। ਘੋੜਾ ਇਹ ਸੰਕੇਤ ਪਛਾਣਦਾ ਅਤੇ ਰੁਕ ਜਾਂਦਾ।

ਘੋੜਾ ਸਹੀ ਜਵਾਬ ਦਿੰਦਾ ਸੀ ਕਿਉਂਕਿ ਲੋਕ ਉਮੀਦ ਕਰਦੇ ਸਨ ਕਿ ਉਹ ਸਹੀ ਜਵਾਬ ਦੇਵੇਗਾ। ਇਹੀ ਗੱਲ ਸਾਡੀਆਂ ਪ੍ਰਾਪਤੀਆਂ 'ਤੇ ਵੀ ਲਾਗੂ ਹੁੰਦੀ ਹੈ। ਜੇ ਤੁਸੀਂ ਆਪਣੇ ਆਪ ਤੋਂ ਉੱਚੀਆਂ ਉਮੀਦਾਂ ਰੱਖਦੇ ਹੋ, ਤਾਂ ਤੁਹਾਡੇ ਚੰਗਾ ਪ੍ਰਦਰਸ਼ਨ ਕਰਨ ਦੀ ਸੰਭਾਵਨਾ ਵਧ ਜਾਂਦੀ ਹੈ। ਇਸਨੂੰ ਪਿਗਮੇਲੀਅਨ ਪ੍ਰਭਾਵ ਕਿਹਾ ਜਾਂਦਾ ਹੈ।

ਉਲਟ ਵੀ ਸੱਚ ਹੈ। ਜੇ ਤੁਸੀਂ ਆਪਣੇ ਆਪ ਨੂੰ ਆਲਸੀ ਸਮਝਦੇ ਹੋ, ਤਾਂ ਤੁਹਾਡਾ ਟਾਲ-ਮਟੋਲ ਕਰਨ ਦਾ ਰੁਝਾਨ ਵਧੇਗਾ। ਇਹਨੂੰ ਗੋਲੇਮ ਪ੍ਰਭਾਵ ਕਹਿੰਦੇ ਹਨ। ਬਹੁਤ ਸਧਾਰਨ!

20 ਉਤਪਾਦਕਤਾ ਸੁਝਾਅ ਜਿਨ੍ਹਾਂ ਬਾਰੇ ਕਾਸ਼ ਮੈਂ ਪਹਿਲਾਂ ਜਾਣਦਾ ਹੁੰਦਾ

1. ਆਪਣੇ ਦਿਨ ਦੀ ਯੋਜਨਾ ਬਣਾਓ।
2. ਦਿਨ ਵਿੱਚ ਜੋ ਕੁਝ ਪ੍ਰਾਪਤ ਕਰਨਾ ਹੈ, ਉਹ ਸਾਰੇ ਕੰਮ ਲਿਖੋ।
3. ਆਪਣੇ ਟੀਚੇ ਕਾਗਜ਼ 'ਤੇ ਲਿਖੋ।
4. 80/20 ਨਿਯਮ ਵਰਤੋ: 20% ਕੰਮ ਤੁਹਾਨੂੰ 80% ਨਤੀਜੇ ਦੇਵੇਗਾ।
5. ਮਲਟੀਟਾਸਕਿੰਗ ਛੱਡੋ। ਇੱਕ ਸਮੇਂ 'ਤੇ ਇੱਕ ਕੰਮ ਕਰੋ।
6. ਆਪਣਾ ਧਿਆਨ ਕਿਸੇ ਇੱਕ ਕੰਮ 'ਤੇ ਕੇਂਦਰਿਤ ਕਰੋ।
7. ਭਟਕਣ ਵਾਲੀਆਂ ਚੀਜ਼ਾਂ ਹਟਾ ਦਿਓ।
8. ਜਦੋਂ ਥੱਕ ਜਾਓ, ਛੋਟੀ ਝਪਕੀ ਲਓ।
9. ਨਾਂ ਕਹਿਣਾ ਸਿੱਖੋ। ਹਰ ਗੱਲ 'ਤੇ ਹਾਂ ਕਹਿਣ ਨਾਲ ਤੁਹਾਡੇ ਕੋਲ ਸਮਾਂ ਨਹੀਂ ਬਚਦਾ।
10. ਜ਼ਰੂਰੀ ਨਾ ਹੋਣ ਵਾਲੇ ਕੰਮ ਦੂਸਰਿਆਂ ਨੂੰ ਸੌਂਪੋ।
11. ਸਹੀ ਸਮੇਂ ਦੀ ਉਡੀਕ ਨਾ ਕਰੋ। ਕੰਮ ਅੱਜ ਹੀ ਕਰੋ।
12. ਜਿਹੜਾ ਕੰਮ 5 ਮਿੰਟ ਤੋਂ ਘੱਟ ਸਮੇਂ ਵਿੱਚ ਹੋ ਸਕਦਾ ਹੈ, ਉਹ ਤੁਰੰਤ ਕਰੋ।
13. ਪਹਿਲਾਂ ਉਹ ਕੰਮ ਕਰੋ ਜੋ ਤੁਹਾਨੂੰ ਸਭ ਤੋਂ ਘੱਟ ਪਸੰਦ ਹੈ।
14. ਸਮਾਂ-ਸੀਮਾ ਤਿਆਰ ਕਰੋ; ਬਿਨਾਂ ਸਮਾਂ-ਸੀਮਾ ਕੰਮ ਮੁੱਕਦਾ ਨਹੀਂ।
15. ਉਹ ਕੰਮ ਛੱਡੋ ਜੋ ਤੁਹਾਡੇ ਟੀਚੇ ਪੂਰੇ ਕਰਨ ਵਿੱਚ ਮਦਦ ਨਹੀਂ ਕਰਦੇ।
16. ਜਦੋਂ ਲੋੜ ਨਾ ਹੋਵੇ ਤਾਂ ਸੰਪੂਰਨਤਾ ਪਿੱਛੇ ਨਾ ਜਾਓ।
17. ਇੱਕ ਨਿਸ਼ਚਿਤ ਸਮਾਂ ਰੱਖੋ ਜਦੋਂ ਤੁਸੀਂ ਆਪਣੀ ਈਮੇਲ ਚੈੱਕ ਕਰੋ।
18. ਬੇਲੋੜੀਆਂ ਮੀਟਿੰਗਾਂ ਤੋਂ ਬਚੋ।
19. ਨਕਾਰਾਤਮਕ ਲੋਕਾਂ ਨਾਲ ਨਾ ਜੁੜੋ।
20. ਉਹ ਕੰਮ ਕਰੋ ਜੋ ਤੁਹਾਨੂੰ ਖ਼ੁਸ਼ੀ ਦੇਣ।

80/20 ਨਿਯਮ

ਇਸਨੂੰ **ਪੈਰੇਟੋ** ਸਿਧਾਂਤ ਵੀ ਕਹਿੰਦੇ ਹਨ। ਇਸਦਾ ਮਤਲਬ ਹੈ ਕਿ ਤੁਹਾਡੇ ਕੰਮਾਂ ਵਿੱਚੋਂ 20% ਕੰਮ ਤੁਹਾਨੂੰ 80% ਨਤੀਜੇ ਦੇਣਗੇ।

ਹਰ ਰੋਜ਼ ਤੁਸੀਂ ਬਹੁਤ ਸਾਰੀਆਂ ਚੀਜ਼ਾਂ ਕਰ ਸਕਦੇ ਹੋ, ਪਰ ਕੁਝ ਕੰਮ ਮਹੱਤਵਪੂਰਨ ਹੁੰਦੇ ਹਨ ਜੋ ਸਭ ਤੋਂ ਵੱਧ ਨਤੀਜੇ ਲਿਆਉਂਦੇ ਹਨ। ਬਾਕੀ ਘੱਟ ਮਹੱਤਵਪੂਰਨ ਕੰਮ ਤੁਹਾਡੇ ਟੀਚਿਆਂ ਨੂੰ ਪੂਰਾ ਕਰਨ ਵਿੱਚ ਜ਼ਿਆਦਾ ਮਦਦ ਨਹੀਂ ਕਰਦੇ।

ਭਾਵੇਂ ਤੁਸੀਂ ਟਾਲ-ਮਟੋਲ ਨਹੀਂ ਕਰਦੇ, ਫਿਰ ਵੀ ਇਹ ਜਾਣਨਾ ਜ਼ਰੂਰੀ ਹੈ ਕਿ ਤੁਸੀਂ ਜੋ ਕਰ ਰਹੇ ਹੋ ਉਹ ਮਹੱਤਵਪੂਰਨ ਹੈ ਕਿ ਨਹੀਂ। ਜੇ ਤੁਸੀਂ ਉਹ ਕੰਮ ਕਰ ਰਹੇ ਹੋ ਜੋ ਤੁਹਾਡੇ ਟੀਚਿਆਂ ਨੂੰ ਪੂਰਾ ਕਰਨ ਵਿੱਚ ਮਦਦ ਨਹੀਂ ਕਰਦੇ, ਤਾਂ ਤੁਸੀਂ ਆਪਣੇ ਸਮੇਂ ਨੂੰ ਬਰਬਾਦ ਕਰ ਰਹੇ ਹੋ।

ਇੱਕ ਪਲ ਰੁਕੋ ਅਤੇ ਸੋਚੋ: ਅੱਜ ਤੁਸੀਂ ਆਪਣੇ ਟੀਚਿਆਂ ਨੂੰ ਪੂਰਾ ਕਰਨ ਲਈ ਸਭ ਤੋਂ ਮਹੱਤਵਪੂਰਨ ਕੰਮ ਕੀ ਕਰ ਸਕਦੇ ਹੋ?

ਆਲਸ 'ਤੇ ਕਾਬੂ ਪਾਉਣ ਲਈ 8 ਜਪਾਨੀ ਤਰੀਕੇ

1. ਇਕੀਗਾਈ

ਇਸਦਾ ਮਤਲਬ ਹੈ ਕਿ ਜ਼ਿੰਦਗੀ ਵਿੱਚ ਇੱਕ ਮਕਸਦ ਹੋਣਾ ਚਾਹੀਦਾ ਹੈ। ਇਹੀ ਮਕਸਦ ਹੈ ਜੋ ਤੁਹਾਨੂੰ ਹਰ ਸਵੇਰ ਉਠਣ ਅਤੇ ਕੁਝ ਕਰਨ ਲਈ ਪ੍ਰੇਰਿਤ ਕਰਦਾ ਹੈ। ਜਦੋਂ ਤੁਹਾਡੇ ਕੋਲ ਮਕਸਦ ਹੁੰਦਾ ਹੈ, ਤਾਂ ਤੁਸੀਂ ਆਲਸੀ ਜਾਂ ਅਣ-ਪ੍ਰੇਰਿਤ ਮਹਿਸੂਸ ਨਹੀਂ ਕਰਦੇ।

ਇਕੀਗਾਈ ਦੇ ਚਾਰ ਮੁੱਖ ਨਿਯਮ ਹਨ:

1. ਉਹ ਕੰਮ ਕਰੋ ਜੋ ਤੁਹਾਨੂੰ ਖ਼ੁਸ਼ੀ ਦੇਵੇ।
2. ਉਹ ਕੰਮ ਕਰੋ ਜੋ ਤੁਹਾਡੇ ਵਿੱਚ ਹੁਨਰ ਹੈ।
3. ਉਹ ਕੰਮ ਕਰੋ ਜੋ ਦੁਨੀਆ ਲਈ ਲਾਭਦਾਇਕ ਹੋਵੇ।
4. ਉਹ ਕੰਮ ਕਰੋ ਜਿਸ ਲਈ ਤੁਹਾਨੂੰ ਪੈਸਾ ਮਿਲ ਸਕੇ।

2. ਕਾਈਜ਼ੈਨ

ਕਾਇਜ਼ੈਨ ਦਾ ਮਤਲਬ ਹੈ ਵੱਡੇ ਬਦਲਾਅ ਦੀ ਉਡੀਕ ਨਾ ਕਰਕੇ, ਹਰ ਰੋਜ਼ ਛੋਟੇ-ਛੋਟੇ ਸੁਧਾਰ ਕਰਨ 'ਤੇ ਧਿਆਨ ਦੇਣਾ। ਇਹ ਹਰ ਰੋਜ਼ 1% ਬਿਹਤਰ ਹੋਣ ਦੀ ਕੋਸ਼ਿਸ਼ ਕਰਨ ਬਾਰੇ ਹੈ। ਵੱਡਾ ਟੀਚਾ ਰੱਖਣ ਦੀ ਬਜਾਏ, ਉਸਨੂੰ ਛੋਟੇ-ਛੋਟੇ ਹਿੱਸਿਆਂ ਵਿੱਚ ਵੰਡੋ ਅਤੇ ਇੱਕ-ਇੱਕ ਕਰਕੇ ਪੂਰਾ ਕਰੋ।

3. ਸ਼ੋਸ਼ਿਨ

ਇਹ ਜ਼ੇਨ ਪਰੰਪਰਾ ਤੋਂ ਲਿਆ ਗਿਆ ਇੱਕ ਦਿਲਚਸਪ ਵਿਚਾਰ ਹੈ। ਇਸਦਾ ਮਤਲਬ ਹੈ ਕਿ ਤੁਸੀਂ ਹਰ ਚੀਜ਼ ਨੂੰ ਇੱਕ ਨਵੇਂ, ਖੁੱਲ੍ਹੇ ਮਨ ਨਾਲ ਦੇਖੋ।

"ਜੇਕਰ ਤੁਹਾਡਾ ਮਨ ਖ਼ਾਲੀ ਹੋਵੇ... ਤਾਂ ਇਹ ਹਰ ਚੀਜ਼ ਲਈ ਖੁੱਲ੍ਹਾ ਰਹਿੰਦਾ ਹੈ। ਸ਼ੁਰੂਆਤ ਕਰਨ ਵਾਲੇ ਮਨ ਵਿੱਚ ਬਹੁਤ ਸਾਰੀਆਂ ਸੰਭਾਵਨਾਵਾਂ ਹੁੰਦੀਆਂ ਹਨ, ਪਰ ਮਾਹਿਰ ਮਨ ਵਿੱਚ ਬਹੁਤ ਘੱਟ।"

~ਸ਼ੁਨਰੀਯੂ ਸੁਜ਼ੂਕੀ (ਜ਼ੈਨ ਮਾਈਂਡ, ਬਿਗਿਨਰਜ਼ ਮਾਈਂਡ)

4. ਹਾਰਾ ਹਚੀ ਬੁ

ਇਸਦਾ ਅਰਥ ਹੈ ਕਿ 80% ਪੇਟ ਭਰ ਜਾਣ ਤੋਂ ਬਾਅਦ ਖਾਣੋ ਹਟ ਜਾਣਾ। ਜੇ ਤੁਸੀਂ ਬਹੁਤ ਜ਼ਿਆਦਾ ਖਾਓਗੇ ਤਾਂ ਆਲਸ ਮਹਿਸੂਸ ਕਰੋਗੇ। ਇਹ ਹਰ ਕਿਸੇ ਨਾਲ ਹੁੰਦਾ ਹੈ। ਜਦੋਂ ਲੋਕ ਦੁਪਹਿਰ ਦਾ ਭੋਜਨ ਬਹੁਤ ਖਾ ਲੈਂਦੇ ਹਨ, ਤਾਂ ਉਹ ਥੱਕੇ ਹੋਏ ਮਹਿਸੂਸ ਕਰਦੇ ਹਨ ਕਿਉਂਕਿ ਸਰੀਰ ਖਾਣੇ ਨੂੰ ਹਜ਼ਮ ਕਰਨ ਵਿੱਚ ਵਿਅਸਤ ਹੁੰਦਾ ਹੈ। ਉਹ ਨੀਂਦ ਮਹਿਸੂਸ ਕਰਨ ਲੱਗਦੇ ਹਨ ਅਤੇ ਕੰਮ ਕਰਨ ਲਈ ਊਰਜਾ ਘੱਟ ਰਹਿ ਜਾਂਦੀ ਹੈ।

5. ਸ਼ਿਨਰੀਨ-ਯੋਕੂ

ਜਪਾਨੀ ਵਿੱਚ "ਸ਼ਿਨਰੀਨ" ਦਾ ਮਤਲਬ ਜੰਗਲ ਹੈ ਅਤੇ "ਯੋਕੂ" ਦਾ ਮਤਲਬ ਇਸ਼ਨਾਨ।

ਇਸਦਾ ਮਤਲਬ ਹੈ ਕਿ ਮਨੁੱਖ ਨੂੰ ਕੁਦਰਤ ਵਿੱਚ ਵਧੇਰੇ ਸਮਾਂ ਬਿਤਾਉਣਾ ਚਾਹੀਦਾ ਹੈ। ਕੁਦਰਤੀ ਥਾਂ 'ਤੇ ਰਹਿਣਾ ਤਣਾਅ ਘਟਾਉਣ ਦਾ ਸਭ ਤੋਂ ਵਧੀਆ ਤਰੀਕਾ ਹੈ। ਇਸ ਲਈ ਜਦੋਂ ਤੁਸੀਂ ਬਹੁਤ ਥੱਕੇ ਮਹਿਸੂਸ ਕਰੋ, ਤਾਂ ਪਾਰਕ ਵਿੱਚ ਸੈਰ ਲਈ ਜਾਓ।

6. ਵਾਬੀ-ਸਾਬੀ

ਇਸਦਾ ਮਤਲਬ ਹੈ ਕਿ ਹਰ ਚੀਜ਼ ਨੂੰ ਸੰਪੂਰਨ ਬਣਾਉਣ ਦੀ ਕੋਸ਼ਿਸ਼ ਕਰਨ ਦੀ ਬਜਾਏ, ਅਪੂਰਨਤਾ ਵਿੱਚ ਸੁੰਦਰਤਾ ਵੇਖੋ। ਚੀਜ਼ਾਂ ਹਮੇਸ਼ਾ ਪੂਰੀਆਂ ਨਹੀਂ ਹੋ ਸਕਦੀਆਂ, ਅਤੇ ਇਹ ਠੀਕ ਹੈ। ਅਪੂਰਣ ਹੋਣ ਦੇ ਬਾਵਜੂਦ ਵੀ ਚੀਜ਼ਾਂ ਵਿੱਚ ਸੁੰਦਰਤਾ ਹੈ। ਚੀਜ਼ਾਂ ਨੂੰ ਜਿਵੇਂ ਹਨ, ਉਸੇ ਤਰ੍ਹਾਂ ਪਿਆਰ ਕਰੋ। ਜ਼ਿੱਦੀ ਨਾ ਬਣੋ ਅਤੇ ਉਹਨਾਂ ਨੂੰ ਬਦਲਣ ਦੀ ਕੋਸ਼ਿਸ਼ ਨਾ ਕਰੋ, ਨਹੀਂ ਤਾਂ ਤੁਸੀਂ ਉਹਨਾਂ ਦੀ ਖੂਬਸੂਰਤੀ ਖ਼ਤਮ ਕਰ ਦਿਓਗੇ।

7. ਗਨਬਾਰੂ

ਗਨਬਾਰੂ ਇੱਕ ਜਪਾਨੀ ਸ਼ਬਦ ਹੈ ਜਿਸਦਾ ਮਤਲਬ ਹੈ "ਆਪਣਾ ਬਿਹਤਰੀਨ ਦਿਓ" ਜਾਂ "ਹਮੇਸ਼ਾ ਕੋਸ਼ਿਸ਼ ਕਰਦੇ ਰਹੋ।" ਇਹ ਧੀਰਜ, ਲਚਕੀਲੇਪਣ ਅਤੇ ਜ਼ੋਰਦਾਰ ਕੋਸ਼ਿਸ਼ ਨਾਲ ਚੁਣੌਤੀਆਂ ਦਾ ਸਾਹਮਣਾ ਕਰਨ 'ਤੇ ਧਿਆਨ ਦਿੰਦਾ ਹੈ। ਸਧਾਰਨ ਸ਼ਬਦਾਂ ਵਿੱਚ, ਇਹ ਹਰ ਰੋਜ਼ ਛੋਟੇ-ਛੋਟੇ ਸੁਧਾਰ ਕਰਨ ਅਤੇ ਇਹ ਮੰਨਣ ਬਾਰੇ ਹੈ ਕਿ ਲਗਾਤਾਰ ਕੋਸ਼ਿਸ਼ ਅਤੇ ਵਚਨਬੱਧਤਾ ਨਾਲ ਸਫ਼ਲਤਾ ਮਿਲ ਸਕਦੀ ਹੈ।

8. ਗਾਮਨ

ਇਸ ਦਾ ਮਤਲਬ ਹੈ ਕਿ ਜਦੋਂ ਕੰਮ ਔਖਾ ਹੋਵੇ, ਤਾਂ ਧੀਰਜ ਅਤੇ ਕੋਸ਼ਿਸ਼ ਜਾਰੀ ਰੱਖੋ। ਨਵਾਂ ਕੰਮ ਸ਼ੁਰੂ ਕਰਨ 'ਤੇ ਹਰ ਚੀਜ਼ ਅਸਾਨ ਨਹੀਂ ਹੁੰਦੀ। ਕਈ ਵਾਰ ਗ਼ਲਤੀਆਂ ਹੋ ਸਕਦੀਆਂ ਹਨ। ਮੁਸ਼ਕਲਾਂ ਆਉਣਗੀਆਂ, ਪਰ ਹਾਰ ਨਾ ਮੰਨਣਾ ਅਤੇ ਕੰਮ ਪੂਰਾ ਕਰਨਾ ਜ਼ਰੂਰੀ ਹੈ।

10 ਛੋਟੀਆਂ ਆਦਤਾਂ
ਜੋ ਜ਼ਿੰਦਗੀ ਬਦਲ ਸਕਦੀਆਂ ਹਨ

1. ਆਪਣੇ ਸਰੀਰ ਨੂੰ ਹਿਲਾਓ।

ਸਾਡਾ ਸਰੀਰ ਸਾਰਾ ਦਿਨ ਬੈਠਣ ਲਈ ਨਹੀਂ ਬਣਿਆ। ਜੇ ਤੁਸੀਂ ਕਦੇ ਹਿਲਦੇ-ਡੁੱਲਦੇ ਨਹੀਂ, ਤਾਂ ਤੁਸੀਂ ਹਮੇਸ਼ਾ ਥੱਕੇ ਰਹੋਗੇ। ਹਰ ਰੋਜ਼ ਕੁਝ ਸਰੀਰਕ ਕਿਰਿਆ ਕਰੋ। ਸਵੇਰੇ ਦੌੜਣ ਜਾਓ ਜਾਂ ਜਦੋਂ ਕੰਮ ਕਰਦਿਆਂ ਥੱਕ ਜਾਓ, ਤਾਂ ਥੋੜ੍ਹਾ ਚੱਲੋ।

2. ਤੁਸੀਂ ਉਹੀ ਹੋ ਜੋ ਤੁਸੀਂ ਖਾਂਦੇ ਹੋ

ਤੁਸੀਂ ਜੋ ਖਾਂਦੇ ਹੋ, ਉਹ ਤੁਹਾਡੇ ਦਿਨ ਭਰ ਦੇ ਮਹਿਸੂਸ ਕਰਨ 'ਤੇ ਅਸਰ ਪਾਉਂਦਾ ਹੈ। ਜੇ ਤੁਸੀਂ ਸੁਸਤ ਮਹਿਸੂਸ ਕਰਦੇ ਹੋ, ਤਾਂ ਸ਼ਾਇਦ ਖਾਣ-ਪੀਣ ਬਦਲਣ ਦੀ ਲੋੜ ਹੈ। ਆਪਣੀ ਖੁਰਾਕ ਨੂੰ ਧਿਆਨ ਨਾਲ ਦੇਖੋ ਅਤੇ ਸੋਚੋ ਕਿ ਕੀ ਤੁਸੀਂ ਇਸਨੂੰ ਬਿਹਤਰ ਬਣਾ ਸਕਦੇ ਹੋ।

3. ਇੱਕ ਮਕਸਦ ਹੈ

ਜੇ ਤੁਹਾਡੇ ਕੋਲ ਕੋਈ ਮਕਸਦ ਨਹੀਂ, ਤਾਂ ਤੁਹਾਡੇ ਵਿੱਚ ਕੁਝ ਕਰਨ ਦੀ ਤਾਕਤ ਨਹੀਂ ਰਹੇਗੀ। ਜੇ ਤੁਸੀਂ ਆਪਣੇ ਕੰਮ ਬਾਰੇ ਉਤਸ਼ਾਹਿਤ ਨਹੀਂ, ਤਾਂ ਤੁਸੀਂ ਜੋਸ਼ ਨਾਲ ਕੰਮ ਨਹੀਂ ਕਰ ਸਕੋਗੇ। ਸਖ਼ਤ ਮਿਹਨਤ ਲਈ ਹਮੇਸ਼ਾ ਪ੍ਰੇਰਿਤ ਰਹਿਣ ਲਈ ਜੀਵਨ ਵਿੱਚ ਇੱਕ ਮਕਸਦ ਲੱਭਣਾ ਜ਼ਰੂਰੀ ਹੈ।

4. ਜ਼ਿਆਦਾ ਪਾਣੀ ਪੀਓ

ਪੱਕਾ ਕਰੋ ਕਿ ਤੁਸੀਂ ਸਾਰਾ ਦਿਨ ਕਾਫ਼ੀ ਪਾਣੀ ਪੀਂਦੇ ਹੋ।

5. ਆਪਣੇ ਦੁਆਲੇ ਨੂੰ ਉਨ੍ਹਾਂ ਲੋਕਾਂ ਨੂੰ ਰੱਖੋ ਜਿਨ੍ਹਾਂ ਨੂੰ ਤੁਸੀਂ ਪਿਆਰ ਕਰਦੇ ਹੋ

ਉਨ੍ਹਾਂ ਲੋਕਾਂ ਨਾਲ ਰਹੋ ਜੋ ਤੁਹਾਨੂੰ ਪਿਆਰ ਕਰਦੇ ਹਨ ਅਤੇ ਖ਼ੁਸ਼ ਰੱਖਦੇ ਹਨ। ਨਕਾਰਾਤਮਕ ਅਤੇ ਜ਼ਹਿਰੀਲੇ ਲੋਕਾਂ ਤੋਂ ਦੂਰ ਰਹੋ।

6. ਜੋਖ਼ਮ ਲਓ

ਜੇ ਤੁਸੀਂ ਜੋਖ਼ਮ ਨਹੀਂ ਲੈਂਦੇ, ਤਾਂ ਤੁਹਾਡੇ ਵਿੱਚ ਕੰਮ ਕਰਨ ਦੀ ਪ੍ਰੇਰਣਾ ਨਹੀਂ ਰਹਿੰਦੀ। ਮਨ ਨੂੰ ਚੁਸਤ ਰੱਖਣ ਲਈ ਨਵੀਆਂ ਚੁਣੌਤੀਆਂ ਲਾਜ਼ਮੀ ਹਨ, ਨਹੀਂ ਤਾਂ ਇੱਕੋ ਕੰਮ ਕਰਦੇ ਰਹਿਣ ਨਾਲ ਪ੍ਰੇਰਣਾ ਘਟ ਜਾਂਦੀ ਹੈ।

7. ਆਪਣੇ ਆਪ ਨੂੰ ਓਵਰਲੋਡ ਨਾ ਕਰੋ

ਆਪਣੇ ਲਈ ਸੱਚ ਤੋਂ ਦੂਰ ਉਮੀਦਾਂ ਨਾ ਰੱਖੋ। ਆਪਣੇ-ਆਪ ਨੂੰ ਅੱਗੇ ਵਧਾਉਣਾ ਚੰਗੀ ਗੱਲ ਹੈ, ਪਰ ਜ਼ਿਆਦਾ ਦਬਾਅ ਨੁਕਸਾਨ ਕਰ ਸਕਦਾ ਹੈ। ਇੱਕ ਦਿਨ ਵਿੱਚ ਬਹੁਤ ਕੁਝ ਕਰਨ ਦੀ ਥਾਂ ਕੁਝ ਮਹੱਤਵਪੂਰਨ ਚੀਜ਼ਾਂ 'ਤੇ ਧਿਆਨ ਦਿਓ।

8. ਬਹੁਤ ਜ਼ਿਆਦਾ ਮਲਟੀਟਾਸਕ ਕਰਨ ਦੀ ਕੋਸ਼ਿਸ਼ ਨਾ ਕਰੋ

ਮਲਟੀਟਾਸਕਿੰਗ ਤੁਹਾਨੂੰ ਜਲਦੀ ਥਕਾ ਦਿੰਦੀ ਹੈ ਅਤੇ ਧਿਆਨ ਨਹੀਂ ਲੱਗਣ ਦਿੰਦੀ। ਇਹ ਵੱਧ ਧਿਆਨ ਭਟਕਾਉਂਦੀ ਹੈ। ਵਾਰ-ਵਾਰ ਕੰਮ ਬਦਲਣ ਨਾਲ ਉਤਪਾਦਕਤਾ ਘਟਦੀ ਹੈ, ਵਧਦੀ ਨਹੀਂ।

9. ਸਾਰੀਆਂ ਭਟਕਣਾ ਦੂਰ ਕਰੋ

ਸਭ ਤੋਂ ਵਧੀਆ ਕੰਮ ਇਹ ਹੈ ਕਿ ਆਪਣੇ ਆਲੇ-ਦੁਆਲੇ ਤੋਂ ਸਾਰੀਆਂ ਧਿਆਨ ਭਟਕਾਉਣ ਵਾਲੀਆਂ ਚੀਜ਼ਾਂ ਦੂਰ ਕਰੋ। ਜੋ ਵੀ ਤੁਹਾਡੀ ਊਰਜਾ ਖਿੱਚਦਾ ਹੈ, ਉਸਨੂੰ ਹਟਾ ਦਿਓ।

10. ਜ਼ਰੂਰੀ ਭਾਵਨਾ ਰੱਖਣਾ

ਜੇ ਤੁਹਾਡੇ ਅੰਦਰ ਜਲਦੀ ਕਰਨ ਦੀ ਸੋਚ ਨਹੀਂ ਹੈ, ਤਾਂ ਤੁਸੀਂ ਜ਼ਿੰਦਗੀ ਵਿੱਚ ਕੁਝ ਹਾਸਲ ਨਹੀਂ ਕਰ ਸਕਦੇ। ਨਤੀਜਿਆਂ ਲਈ ਸਬਰ ਰੱਖੋ ਪਰ ਕੰਮ ਕਰਨ ਵਿੱਚ ਤੇਜ਼ ਰਹੋ। ਜੋ ਵੀ ਕਰਨਾ ਹੈ, ਉਸਨੂੰ ਤੁਰੰਤ ਕਰਨ ਦੀ ਆਦਤ ਬਣਾਓ।

ਪੋਮੋਡੋਰੋ ਤਕਨੀਕ

ਇਹ ਤਰੀਕਾ ਬਹੁਤ ਅਸਾਨ ਹੈ। 25 ਮਿੰਟ ਤੱਕ ਬਿਨਾਂ ਰੁਕਾਵਟ ਕੰਮ ਕਰੋ, ਫਿਰ 5 ਮਿੰਟ ਦੀ ਬ੍ਰੇਕ ਲਓ, ਅਤੇ ਫਿਰ ਇਸਨੂੰ ਦੁਹਰਾਓ।

ਤੁਹਾਨੂੰ ਇਹ ਦੇਖਣਾ ਚਾਹੀਦਾ ਹੈ ਕਿ ਤੁਸੀਂ ਕਦੋਂ ਥੱਕਦੇ ਹੋ ਅਤੇ ਬ੍ਰੇਕ ਉਸ ਸਮੇਂ ਲਓ। ਅਰਾਮ ਬਹੁਤ ਜ਼ਰੂਰੀ ਹੈ। ਜਦੋਂ ਤੁਸੀਂ ਲੰਬਾ ਜਾਂ ਤੇਜ਼ ਕੰਮ ਕਰਨ ਤੋਂ ਬਾਅਦ ਥੱਕ ਜਾਓ, ਤੁਰੰਤ ਬ੍ਰੇਕ ਲਓ।

ਜੇਕਰ ਤੁਸੀਂ ਕਿਸੇ ਕੰਮ ਵਿੱਚ ਪੂਰੀ ਤਰ੍ਹਾਂ ਰੁਚੀ ਲੈ ਕੇ ਕੰਮ ਕਰ ਰਹੇ ਹੋ, ਤਾਂ ਤੁਸੀਂ ਬਾਕੀ ਹਰ ਚੀਜ਼ ਦੀ ਚਿੰਤਾ ਭੁੱਲ ਜਾਂਦੇ ਹੋ ਅਤੇ ਸਮੇਂ ਦਾ ਪਤਾ ਵੀ ਨਹੀਂ ਲੱਗਦਾ। ਇਹ ਅਕਸਰ ਨਹੀਂ ਹੁੰਦਾ, ਪਰ ਜਦੋਂ ਹੁੰਦਾ ਹੈ, ਤਾਂ ਤੁਸੀਂ ਖ਼ੁਸ਼ ਮਹਿਸੂਸ ਕਰਦੇ ਹੋ। ਇਹ ਖ਼ੁਸ਼ੀ ਸਿਰਫ਼ ਇਸ ਵੇਲੇ ਆ ਸਕਦੀ ਹੈ ਜਦੋਂ ਤੁਸੀਂ ਉਹ ਕੰਮ ਕਰ ਰਹੇ ਹੋ ਜੋ ਤੁਹਾਨੂੰ ਪਸੰਦ ਹੈ। ਆਪਣਾ ਕੰਮ ਪਸੰਦ ਕਰੋ ਤਾਂ ਹੀ ਇਹ ਅਨੁਭਵ ਹੋ ਸਕਦਾ ਹੈ।

5-ਮਿੰਟ ਦਾ ਨਿਯਮ

ਤੁਹਾਡੇ ਕੋਲ ਹਮੇਸ਼ਾ ਕਰਨ ਵਾਲੇ ਕੰਮਾਂ ਦੀ ਲੰਬੀ ਸੂਚੀ ਹੁੰਦੀ ਹੈ ਕਿਉਂਕਿ ਤੁਸੀਂ ਛੋਟੇ ਕੰਮਾਂ ਨੂੰ ਟਾਲਦੇ ਰਹਿੰਦੇ ਹੋ, ਜੋ ਤੁਰੰਤ ਜਾਂ 5 ਮਿੰਟਾਂ ਤੋਂ ਘੱਟ ਸਮੇਂ ਵਿੱਚ ਕੀਤੇ ਜਾ ਸਕਦੇ ਹਨ। ਇਹ ਕੰਮ ਅਕਸਰ ਬਾਅਦ ਲਈ ਬਚ ਜਾਂਦੇ ਹਨ, ਪਰ ਅਕਸਰ ਤੁਸੀਂ ਉਨ੍ਹਾਂ ਨੂੰ ਕਦੇ ਨਹੀਂ ਕਰਦੇ ਅਤੇ ਸੂਚੀ ਹੋਰ ਵੀ ਵਧ ਜਾਂਦੀ ਹੈ।

ਇਸ ਨਾਲ ਤੁਸੀਂ ਬਚੇ ਹੋਏ ਕੰਮਾਂ ਤੋਂ ਪਰੇਸ਼ਾਨ ਮਹਿਸੂਸ ਕਰਦੇ ਹੋ। ਇਸਦਾ ਹੱਲ ਇਹ ਹੈ ਕਿ ਜੋ ਵੀ ਕੰਮ 5 ਮਿੰਟ ਤੋਂ ਘੱਟ ਸਮੇਂ ਵਿੱਚ ਕੀਤਾ ਜਾ ਸਕਦਾ ਹੈ, ਉਸਨੂੰ ਤੁਰੰਤ ਕਰੋ। ਕੱਲ੍ਹ ਲਈ ਨਾ ਛੱਡੋ, ਸਿਰਫ਼ ਹੁਣੇ ਕਰੋ।

ਜਿਵੇਂ ਕਿ ਬੈਂਜਾਮਿਨ ਫਰੈਂਕਲਿਨ ਨੇ ਕਿਹਾ:

> *ਛੋਟੇ-ਛੋਟੇ ਖ਼ਰਚਿਆਂ ਤੋਂ ਸਾਵਧਾਨ ਰਹੋ, ਕਿਉਂਕਿ ਇੱਕ ਛੋਟੀ ਜਿਹੀ ਮੋਰੀ (ਲੀਕੇਜ਼) ਵੀ ਇੱਕ ਵੱਡੇ ਜਹਾਜ਼ ਨੂੰ ਡੁਬੋ ਸਕਦੀ ਹੈ।"*

ਇਸੇ ਤਰ੍ਹਾਂ, ਸਾਨੂੰ ਛੋਟੀਆਂ-ਛੋਟੀਆਂ ਗ਼ਲਤੀਆਂ ਅਤੇ ਬੇਕਾਰ ਕੰਮਾਂ ਤੋਂ ਬਚਣਾ ਚਾਹੀਦਾ ਹੈ, ਕਿਉਂਕਿ ਇਹ ਸਾਡੀ ਉਤਪਾਦਕਤਾ ਖ਼ਤਮ ਕਰ ਸਕਦੇ ਹਨ।

ਦੋ-ਦਿਨ ਦਾ ਨਿਯਮ

ਮੈਂ ਇੱਕ ਸਾਲ ਪਹਿਲਾਂ ਮੈਟ ਡੀ'ਅਵੇਲਾ (Matt D' Avella ਦੀ ਯੂਟਿਊਬ ਵੀਡੀਓ ਦੇਖੀ ਸੀ ਜਿਸ ਵਿੱਚ ਇਹ ਨਿਯਮ ਦਿਖਾਇਆ ਗਿਆ ਸੀ ਕਿ ਆਪਣੀਆਂ ਆਦਤਾਂ ਨਾਲ ਲਗਾਤਾਰ ਰਹਿਣ ਦਾ ਸਭ ਤੋਂ ਅਸਾਨ ਪਰ ਪ੍ਰਭਾਵਸ਼ਾਲੀ ਤਰੀਕਾ ਕੀ ਹੈ।

ਹਰ ਸਾਲ ਜਨਵਰੀ ਵਿੱਚ ਅਸੀਂ ਆਪਣੇ ਜੀਵਨ ਨੂੰ ਬਿਹਤਰ ਬਣਾਉਣ ਲਈ ਨਵੇਂ ਸੰਕਲਪ ਲੈਂਦੇ ਹਾਂ, ਪਰ 15 ਦਿਨਾਂ ਬਾਅਦ ਅਸੀਂ ਪਹਿਲਾਂ ਵਰਗੀ ਹੀ ਰੁਟੀਨ ਦੁਹਰਾਉਣ ਲੱਗਦੇ ਹਾਂ। ਉਦਾਹਰਣ ਵਜੋਂ, ਜਦੋਂ ਤੁਸੀਂ 1 ਜਨਵਰੀ ਨੂੰ ਜਿੰਮ ਜਾਣ ਦਾ ਫ਼ੈਸਲਾ ਕਰੋ, ਤਾਂ ਤੁਸੀਂ ਦੇਖੋਗੇ ਕਿ ਜਿੰਮ ਭਰਿਆ ਹੋਇਆ ਹੈ। ਕੁਝ ਦਿਨ ਬਾਅਦ, ਜਿੰਮ ਵਿੱਚ ਲੋਕ ਘੱਟ ਹੋ ਜਾਂਦੇ ਹਨ। ਤੁਸੀਂ ਸ਼ੁਰੂ ਵਿੱਚ ਕੁਝ ਦਿਨ ਜਿੰਮ ਜਾ ਸਕਦੇ ਹੋ, ਪਰ ਫਿਰ ਮਨ ਛੱਡ ਦਿੰਦੇ ਹੋ। ਜੋ ਸਮਾਂ ਤੁਸੀਂ ਜਿੰਮ ਲਈ ਸਮਰਪਿਤ ਕੀਤਾ ਸੀ, ਉਹ ਹੁਣ ਕਿਸੇ ਹੋਰ ਗਤੀਵਿਧੀ ਨਾਲ ਭਰ ਦਿੱਤਾ ਜਾਂਦਾ ਹੈ।

ਦੋ ਦਿਨਾਂ ਦਾ ਨਿਯਮ ਬਹੁਤ ਸਧਾਰਨ ਹੈ: ਕਿਸੇ ਵੀ ਕੰਮ ਨੂੰ ਲਗਾਤਾਰ ਦੋ ਦਿਨਾਂ ਲਈ ਨਾ ਛੱਡੋ। ਇੱਕ ਦਿਨ ਲਈ ਛੱਡ ਸਕਦੇ ਹੋ, ਪਰ ਦੋ ਦਿਨਾਂ ਲਈ ਕਦੇ ਨਹੀਂ।

ਨਵੀਆਂ ਆਦਤਾਂ ਬਣਨ ਵਿੱਚ ਸਮਾਂ ਲੱਗਦਾ ਹੈ, ਅਤੇ ਸ਼ੁਰੂਆਤੀ ਦਿਨ ਸਭ ਤੋਂ ਮੁਸ਼ਕਲ ਹੁੰਦੇ ਹਨ। ਇਹ ਉਹ ਸਮਾਂ ਹੈ ਜਦੋਂ ਤੁਹਾਨੂੰ ਛੱਡਣ ਦੀ ਲਾਲਸਾ ਹੋ ਸਕਦੀ ਹੈ ਅਤੇ ਪੁਰਾਣੀਆਂ ਆਦਤਾਂ ਵਾਪਸ ਆ ਸਕਦੀਆਂ ਹਨ। ਜੇ ਤੁਸੀਂ ਸ਼ੁਰੂਆਤੀ ਦਿਨਾਂ ਵਿੱਚ ਇਸ ਲਾਲਸਾ ਨੂੰ ਕਾਬੂ ਕਰ ਲੈਂਦੇ ਹੋ, ਤਾਂ ਅੱਗੇ ਨਵੀਂ ਆਦਤ ਬਣਾਉਣਾ ਬਹੁਤ ਅਸਾਨ ਹੋ ਜਾਂਦਾ ਹੈ।

ਹਰ ਵਿਅਕਤੀ ਚੰਗੀਆਂ ਅਤੇ ਮਾੜੀਆਂ ਆਦਤਾਂ ਦਾ ਮਿਲਾਪ ਹੁੰਦਾ ਹੈ, ਅਤੇ ਦੋਹਾਂ ਵਿਚਕਾਰ ਲਗਾਤਾਰ ਲੜਾਈ ਚੱਲਦੀ ਰਹਿੰਦੀ ਹੈ। ਜੇ ਤੁਸੀਂ ਚੰਗੀਆਂ ਆਦਤਾਂ ਨਹੀਂ ਬਣਾਉਂਦੇ, ਤਾਂ ਬੁਰੀਆਂ ਆਦਤਾਂ ਅਸਾਨੀ ਨਾਲ ਬਣ ਜਾਂਦੀਆਂ ਹਨ। ਮੁੱਦਾ ਇਹ ਹੈ ਕਿ ਚੰਗੀਆਂ ਆਦਤਾਂ ਅਕਸਰ ਔਖੀਆਂ ਹੁੰਦੀਆਂ ਹਨ, ਪਰ ਇਸੇ ਕਾਰਨ ਉਹ ਮੁੱਲਵਾਨ ਬਣਦੀਆਂ ਹਨ।

ਨਵਾਂ ਹੁਨਰ ਸਿੱਖਣਾ ਔਖਾ ਹੈ, ਹਰ ਰੋਜ਼ ਜਿੰਮ ਜਾਣਾ ਔਖਾ ਹੈ। ਬਹੁਤ ਘੱਟ ਲੋਕ ਇਹ ਚੀਜ਼ਾਂ ਕਰਦੇ ਹਨ, ਇਸੇ ਲਈ ਇਹ ਕੀਮਤੀ ਹੈ। ਜੇ ਇਹ ਸਭ ਕਰਦੇ, ਤਾਂ ਇਹ ਆਮ ਹੋ ਜਾਂਦਾ। ਤੁਸੀਂ ਜੋ ਵੱਖਰਾ ਕਰ ਰਹੇ ਹੋ, ਉਹੀ ਇਸਨੂੰ ਫਲਦਾਇਕ ਬਣਾਉਂਦਾ ਹੈ।

ਜਿਵੇਂ ਮੁਹੰਮਦ ਅਲੀ ਨੇ ਕਿਹਾ,

> ***ਮੈਂ ਸਿਖਲਾਈ ਦੇ ਹਰ ਪਲ ਨੂੰ ਨਫ਼ਰਤ ਕਰਦਾ ਸੀ, ਪਰ ਮੈਂ ਸੋਚਿਆ, "ਰੁਕਣਾ ਨਹੀਂ। ਹੁਣ ਤਕਲੀਫ਼ ਸਹੋ ਅਤੇ ਆਪਣੀ ਬਾਕੀ ਜ਼ਿੰਦਗੀ ਚੈਂਪੀਅਨ ਵਾਂਗ ਜੀਓ।"***

ਜਾਗੋ!

"ਜਦੋਂ ਤੁਸੀਂ ਸਵੇਰੇ ਉਠੋ, ਤਾਂ ਸੋਚੋ ਕਿ ਜੀਣਾ, ਸਾਹ ਲੈਣਾ, ਸੋਚਣਾ, ਖ਼ੁਸ਼ ਹੋਣਾ ਅਤੇ ਪਿਆਰ ਕਰਨਾ ਕਿੰਨਾ ਕੀਮਤੀ ਹੈ।"

~ਮਾਰਕਸ ਔਰੇਲੀਅਸ

ਉਹ ਸਮਾਂ ਖ਼ਤਮ ਹੋ ਰਿਹਾ ਹੈ ਜੋ ਤੁਸੀਂ ਆਪਣੇ ਮਨਪਸੰਦ ਕੰਮਾਂ ਲਈ ਵਰਤ ਸਕਦੇ ਹੋ। ਜਲਦੀ ਨਾ ਕਰੋ ਤਾਂ ਬਾਅਦ ਵਿੱਚ ਪਛਤਾਵਾ ਹੋਵੇਗਾ। ਜਦੋਂ ਪਛਤਾਵਾ ਹੋਵੇਗਾ, ਤਾਂ ਸਿਰਫ਼ ਆਪਣੇ ਆਪ 'ਤੇ ਗੁੱਸਾ ਕਰਨ ਤੋਂ ਇਲਾਵਾ ਕੁਝ ਨਹੀਂ ਹੋਵੇਗਾ। ਹੁਣੇ ਕੰਮ ਸ਼ੁਰੂ ਕਰਨ ਦਾ ਸਮਾਂ ਹੈ।

ਜੋ ਕੁਝ ਵੀ ਤੁਸੀਂ ਕਰਨਾ ਚਾਹੁੰਦੇ ਹੋ—ਪਰਿਵਾਰ ਨਾਲ ਸਮਾਂ ਬਿਤਾਉਣਾ, ਦੁਨੀਆ ਦੀ ਯਾਤਰਾ ਕਰਨਾ, ਜਾਂ ਸਿਹਤ ਦਾ ਧਿਆਨ ਰੱਖਣਾ—ਹੁਣੇ ਸ਼ੁਰੂ ਕਰੋ।

ਤੁਹਾਨੂੰ ਹਰ ਵੇਲੇ ਜ਼ਰੂਰੀ ਭਾਵਨਾ ਨਾਲ ਜੀਣਾ ਚਾਹੀਦਾ ਹੈ। ਸਾਡੀ ਜ਼ਿੰਦਗੀ ਛੋਟੀ ਹੈ। ਮੈਂ ਨਹੀਂ ਚਾਹੁੰਦਾ ਕਿ ਤੁਸੀਂ ਉਦਾਸ ਹੋਵੋ, ਪਰ ਇਹ ਗੱਲ ਹੌਲੀ-ਹੌਲੀ ਯਾਦ ਰੱਖਣੀ ਸਿੱਖੋ।

ਉੱਠੋ ਅਤੇ ਕੰਮ ਕਰਨ ਦਾ ਤਰੀਕਾ ਬਦਲੋ। ਜੇ ਤੁਸੀਂ ਉਹੀ ਨੌਕਰੀ ਕਰਦੇ ਰਹੋਗੇ ਜੋ ਤੁਹਾਨੂੰ ਪ੍ਰੇਰਿਤ ਜਾਂ ਖ਼ੁਸ਼ ਨਹੀਂ ਕਰਦੀ, ਤਾਂ ਨਤੀਜੇ ਵੀ ਉਹੀ ਰਹਿਣਗੇ। ਆਪਣੀਆਂ ਚਾਹਤਾਂ ਮੁਤਾਬਕ ਨਤੀਜੇ ਪਾਉਣ ਲਈ ਆਪਣੇ ਕੰਮ ਦਾ ਤਰੀਕਾ ਬਦਲੋ।

ਤੁਸੀਂ ਜੋ ਜੀਵਨ ਚਾਹੁੰਦੇ ਹੋ, ਉਹ ਆਲਸੀ ਹੋਣ ਦੇ ਦੂਜੇ ਪਾਸੇ ਹੈ। ਹਰ ਦਿਨ ਜਾਗਰੂਕ ਰਹੋ, ਹਰ ਪਲ ਦਾ ਆਨੰਦ ਲਓ ਅਤੇ ਸਿਰਫ਼ ਵਰਤਮਾਨ ਵਿੱਚ ਜੀਓ, ਭਵਿੱਖ ਜਾਂ ਭੂਤਕਾਲ ਵਿੱਚ ਨਹੀਂ। ਤੁਹਾਡਾ ਭਵਿੱਖ ਸਿਰਫ਼ ਉਹੀ ਕੰਮ ਬਦਲ ਸਕਦੇ ਹਨ ਜੋ ਤੁਸੀਂ ਹੁਣ ਕਰਦੇ ਹੋ।

- **ਹਰ ਦਿਨ ਮਹੱਤਵਪੂਰਨ ਹੈ।**
- **ਹਰ ਘੰਟਾ ਮਹੱਤਵਪੂਰਨ ਹੈ।**
- **ਹਰ ਪਲ ਮਹੱਤਵਪੂਰਨ ਹੈ।**

ਆਪਣੀ ਜ਼ਿੰਦਗੀ ਦੂਜੇ ਲੋਕਾਂ ਦੀਆਂ ਉਮੀਦਾਂ ਅਨੁਸਾਰ ਨਾ ਜੀਓ। ਇਸਦਾ ਪਛਤਾਵਾ ਤੁਹਾਨੂੰ ਭਵਿੱਖ ਵਿੱਚ ਜ਼ਰੂਰ ਹੋਵੇਗਾ। ਦੂਜੇ ਲੋਕਾਂ ਦੀ ਕਿਉਂ ਸੁਣੋ? ਆਪਣੀ ਅੰਦਰੂਨੀ ਆਵਾਜ਼ ਸੁਣੋ ਜੋ ਤੁਹਾਨੂੰ ਸਹੀ ਰਸਤੇ 'ਤੇ ਲੈ ਕੇ ਜਾ ਰਹੀ ਹੈ।

ਜੇ ਤੁਸੀਂ 30 ਸਾਲ ਦੇ ਹੋ ਅਤੇ 90 ਸਾਲ ਤੱਕ ਜਿਉਣ ਵਾਲੇ ਹੋ, ਤਾਂ ਆਪਣੀ ਜ਼ਿੰਦਗੀ ਦਾ 1/3 ਹਿੱਸਾ ਪਹਿਲਾਂ ਹੀ ਬਿਤਾ ਚੁੱਕੇ ਹੋ। ਜੇ ਤੁਸੀਂ ਆਪਣੇ ਬੀਤੇ ਹੋਏ ਦਿਨ ਨਾਲ ਖੁਸ਼ ਹੋ, ਤਾਂ ਵਧੀਆ! ਪਰ ਜੇ ਤੁਹਾਨੂੰ ਪਸੰਦ ਨਹੀਂ, ਤਾਂ ਹੁਣ ਬਦਲਾਅ ਕਰੋ ਤਾਂ ਜੋ 70 ਸਾਲ ਦੀ ਉਮਰ ਵਿੱਚ ਤੁਸੀਂ ਨਾਂ ਕਹੋ, "ਮੈਂ ਆਪਣੀ ਜ਼ਿੰਦਗੀ ਬਰਬਾਦ ਕਰ ਦਿੱਤੀ।"

ਹਰ ਉਹ ਚੀਜ਼ ਛੱਡ ਦਿਓ ਜੋ ਤੁਹਾਨੂੰ ਆਪਣੀ ਜ਼ਿੰਦਗੀ ਆਪਣੀ ਮਰਜ਼ੀ ਨਾਲ ਜੀਣ ਤੋਂ ਰੋਕਦੀ ਹੈ। ਦੂਜੇ ਲੋਕਾਂ ਦੀ ਸੋਚ ਜਾਂ ਨਾਖੁਸ਼ੀ ਦੀ ਚਿੰਤਾ ਨਾ ਕਰੋ। ਉਹ ਆਪਣੇ ਪਛਤਾਵੇ ਵਿੱਚ ਫਸੇ ਹੋ ਸਕਦੇ ਹਨ, ਪਰ ਤੁਹਾਡੇ ਜੀਵਨ ਨਾਲ ਇਸਦਾ ਕੋਈ ਤਾਅਲੁਕ ਨਹੀਂ। ਉਨ੍ਹਾਂ ਦੀ ਨਕਾਰਾਤਮਕਤਾ ਤੋਂ ਪ੍ਰਭਾਵਿਤ ਨਾ ਹੋਵੋ।

ਇੱਕ ਵਾਰ ਇੱਕ ਪਿਤਾ ਅਤੇ ਉਸਦਾ ਪੁੱਤਰ ਇੱਕ ਦੂਰ ਪਿੰਡ ਤੋਂ ਵਾਪਸ ਆ ਰਹੇ ਸਨ ਜਿੱਥੋਂ ਉਨ੍ਹਾਂ ਨੇ ਇੱਕ ਗਧਾ ਖ਼ਰੀਦਿਆ ਸੀ। ਰਸਤੇ ਵਿੱਚ ਇੱਕ ਆਦਮੀ ਨੇ ਕਿਹਾ, "ਮੂਰਖ! ਗਧਾ ਹੈ ਪਰ ਫਿਰ ਵੀ ਪੈਦਲ ਚੱਲ ਰਹੇ ਹੋ।" ਪਿਤਾ ਅਤੇ ਪੁੱਤਰ ਨੇ ਸੋਚਿਆ ਕਿ ਆਦਮੀ ਠੀਕ ਕਹਿ ਰਿਹਾ ਹੈ, ਇਸ ਲਈ ਦੋਵਾਂ ਨੇ ਗਧੇ 'ਤੇ ਬੈਠਣ ਦਾ ਫ਼ੈਸਲਾ ਕੀਤਾ।

ਰਸਤੇ ਵਿੱਚ, ਇੱਕ ਹੋਰ ਪਿੰਡ ਦਾ ਆਦਮੀ ਉਨ੍ਹਾਂ ਨੂੰ ਦੇਖ ਕੇ ਕਹਿੰਦਾ ਹੈ, "ਵੇਖੋ, ਗਧਾ ਮੁਸ਼ਕਲ ਨਾਲ ਤੁਰ ਰਿਹਾ ਹੈ।" ਪਿਤਾ ਉਸ ਤੇ ਰਹਿਮ ਖਾ ਕੇ ਹੇਠਾਂ ਉਤਰ ਜਾਂਦਾ ਹੈ। ਖੇਤਾਂ ਵਿੱਚੋਂ ਲੰਘਦੇ ਸਮੇਂ, ਇੱਕ ਔਰਤ ਕਹਿੰਦੀ ਹੈ, "ਤੁਹਾਡਾ ਪੁੱਤਰ ਜਵਾਨ ਅਤੇ ਤੰਦਰੁਸਤ ਹੈ, ਉਸਨੂੰ ਤੁਰਨਾ ਚਾਹੀਦਾ ਹੈ ਅਤੇ ਤੁਸੀਂ ਗਧੇ 'ਤੇ ਬੈਠੋ।" ਪੁੱਤਰ ਪਿਤਾ ਨੂੰ ਆਖਦਾ ਹੈ, "ਮਾਫ਼ ਕਰਨਾ ਪਿਤਾ ਜੀ, ਕਿਰਪਾ ਕਰਕੇ ਤੁਸੀਂ ਗਧੇ 'ਤੇ ਬੈਠੋ," ਤਾਂ ਦੋਵਾਂ ਨੇ ਸਵਾਰੀ ਬਦਲ ਲਈ।

ਜਦੋਂ ਉਹ ਪਿੰਡ ਕੋਲ ਪਹੁੰਚਦੇ ਹਨ, ਇੱਕ ਰਾਹਗੀਰ ਕਹਿੰਦਾ ਹੈ, "ਵੇਖੋ, ਸਵਾਰਥੀ ਆਦਮੀ; ਪੁੱਤਰ ਤੁਰ ਰਿਹਾ ਹੈ ਅਤੇ ਪਿਤਾ ਆਨੰਦ ਮਾਣ ਰਿਹਾ ਹੈ।"

ਬਿਨਾਂ ਹੋਰ ਸੋਚੇ, ਪੁੱਤਰ ਅਤੇ ਪਿਤਾ ਨੇ ਗਧੇ ਨੂੰ ਲੰਬੇ ਬਾਂਸ ਨਾਲ ਉਲਟਾ ਬੰਨ੍ਹਿਆ ਅਤੇ ਪਿੰਡ ਵੱਲ ਲੈ ਗਏ।

ਜਦੋਂ ਉਹ ਘਰ ਪਹੁੰਚੇ, ਸਾਰੇ ਲੋਕ ਉਨ੍ਹਾਂ 'ਤੇ ਹੱਸ ਰਹੇ ਸਨ। ਪਿੰਡ ਦੇ ਇੱਕ ਬਜ਼ੁਰਗ ਨੇ ਪੁੱਛਿਆ, "ਤੁਸੀਂ ਗਧੇ ਨੂੰ ਇਸ ਤਰ੍ਹਾਂ ਕਿਉਂ ਲਿਜਾ ਰਹੇ ਹੋ? ਕੀ ਇਹ ਤੁਰ ਨਹੀਂ ਸਕਦਾ?"

ਪਿਤਾ ਨੇ ਬਜ਼ੁਰਗ ਨੂੰ ਰਸਤੇ ਵਿੱਚ ਜੋ ਕੁਝ ਹੋਇਆ ਉਹ ਸਭ ਦੱਸ ਦਿੱਤਾ । ਬਜ਼ੁਰਗ ਨੇ ਕਿਹਾ, "ਲੋਕ ਤੁਹਾਡੇ 'ਤੇ ਇਸ ਲਈ ਹੱਸ ਰਹੇ ਸਨ ਕਿਉਂਕਿ ਤੁਸੀਂ ਆਪਣੀ ਸੋਚ ਅਤੇ ਇੰਦਰੀਆਂ ਦੀ ਬਜਾਏ ਦੂਜਿਆਂ ਦੀ ਗੱਲਾਂ ਸੁਣਦੇ ਅਤੇ ਮੰਨਦੇ ਰਹੇ।"

ਇਕ ਦਿਨ, ਇਸ ਕਿਤਾਬ ਵਾਂਗ, ਤੁਹਾਡੀ ਜ਼ਿੰਦਗੀ ਵੀ ਖ਼ਤਮ ਹੋ ਜਾਵੇਗੀ। ਇਸ ਲਈ ਉਹ ਕੰਮ ਕਰੋ ਜੋ ਤੁਸੀਂ ਹੁਣੇ ਕਰਨਾ ਚਾਹੁੰਦੇ ਹੋ। ਉਹ ਜਗ੍ਹਾ ਘੁੰਮੋ ਜਿੱਥੇ ਤੁਸੀਂ ਜਾਣਾ ਚਾਹੁੰਦੇ ਹੋ। ਉਹ ਕਿਤਾਬਾਂ ਪੜ੍ਹੋ ਜੋ ਤੁਸੀਂ ਪੜ੍ਹਨਾ ਚਾਹੁੰਦੇ ਹੋ।

ਉਹਨਾਂ ਲੋਕਾਂ ਦੇ ਨਾਲ ਰਹੋ ਜਿਨ੍ਹਾਂ ਨੂੰ ਤੁਸੀਂ ਪਿਆਰ ਕਰਦੇ ਹੋ।

ਸਮਾਂ ਘੱਟ ਹੈ, ਇਸ ਲਈ ਜਿਉਣਾ ਸ਼ੁਰੂ ਕਰੋ।

ਸਹਾਇਕ ਸਰੋਤ

Andrei, V. (n.d.). Retrieved from The Sovereign Artist: https://vizi.substack.com/.

Aurelius, M. (n.d.). *Meditations.* Modern Library.

Bezos, J. (n.d.). 2016 *Letter to Shareholders.* Retrieved from Amazon: https://www.aboutamazon.com/news/company-news/ 2016-letter-to-shareholders.

Billings, J. (2023). *The Complete Works of Josh Billings.* Good Press.

Bloom, S. (2023, March 3). Retrieved from X: https://twitter.com/SahilBloom/ status/1631281464313610246?.

Bloom, S. (2023, May 17). Retrieved from X: https://twitter.com/SahilBloom/ status/1658809456375857153?.

Churchill, W. (1943, September 6). *Winston Churchill's Honorary Degree Speech.* Retrieved from Harvard Magazine: https://www.harvardmagazine.com/2018/09/churchill-harvard-september-6-1943.

Epictetus. (2008). *Discourses and Selected Writings.* Penguin.

Franklin, B. (1757). *The Way to Wealth.*

Fuggle, L. (2023, September 23). *Tolstoy's 'Rules of Life,' Perfectionism and Constant Self-Improvement.* Retrieved from Tolstoy Therapy: https://tolstoytherapy.com/tolstoys-rules-and-perfectionism/.

Hormozi, A. (2023, June 19). Retrieved from X: https://twitter.com/AlexHormozi/status/1670518034006507522.

Isaacson, W. (2011). *Steve Jobs.* Thorndike Press.

Isaacson, W. (2017). *Leonardo Da Vinci.* Simon and Schuster.

Jobs, S. (2005, June 12). Steve Jobs' *2005 Stanford Commencement Address.* Retrieved from YouTube: https://www. youtube.com watch?v=UF8uR6Z6KLC.

Koch, R. (1999). *The 80/20 Principle, Expanded and Updated: The Secret to Achieving More with Less.* Crown.

Life, T. A. (2011). *Tolstoy: A Russian Life.* Houghton Mifflin Harcourt.

Musashi, M. (n.d.). *The Book of Five Rings.*

Orbiter, M. C. (1999). *Mars Climate Orbiter.* Retrieved from NASA: https://science. nasa.gov/mission/mars-climate-orbiter/.

Parrish, S. (2020, June 29). Retrieved from X: https://twitter.com/shaneaparrish/ status/1277415631965519873.

Progress, P. L. (1986). *Parkinson's Law.* Penguin.

Seneca. (2004). *Letters from a Stoic.* Penguin Books.

Steven Naifeh, G. W. (2012). *Van Gogh: The Life.* Random House Publishing Group.

Zuckerberg, M. (2011). Interview with Mark Zuckerberg at Startup School in 2011.

Avella, M. D. (2019, September). *Two Day Rule.* From YouTube:https://www.youtube.com/watch?v=bfLHT-LQZ5nc&t=327s &pp=ygUMdHdvIGRheSBydWxl.

The Decision Lab (n.d.). Retrieved from The Decision Lab: https://thedecisionlab.com/ biases/the-pygmalion-effect.